MAPAGLARONG BIRHEN

May Ann

Published by May Ann, 2025.

MAPAGLARONG BIRHEN

First edition. September 19, 2025.

ISBN: 979-8232887841

Written by May Ann.

PROLOGO

Nakayuko si Clarice habang hirap siyang naglalakad sa madilim na kalye ng Angeles City. Namamanhid at medyo makirot ang bagay na nasa pagitan ng mga hita niya. Malabo and ilaw ng mga neon signs na halos di na niya makita dahil sa luhang tuloy-tuloy na bumabagsak. Hawak niya ang dibdib niya, parang gusto pa niyang buuin ang sarili niyang unti-unting nababasag.

Sobrang sariwa pa sa isip niya ang nangyari noong gabing 'yon. Apat na pulis. Apat na lalaking nagpakasawa sa alindog niya. Hinayaan niyang dalhin siya ng mga ito karanasang hindi niya makakalimutan, nagpaubaya siya sa init ng sandali.

Pero paggising ng umaga, buo pa rin ang pagkababae niya. Hindi siya nabasag matapos ang magdamag. Naligayahan siya pero may halong hiya at panlulumo. Nagustuhan niya iyon, gustong-gusto at inaamin niya.

Ang init ng mga palad, ang atensyon, at ang tugon ng katawan niya sa ginagawa nila sa kanya. Pero pagkatapos ng lahat, nung katahimikan na ang pumalit sa kaguluhan, pumasok ang matinding guilt na parang lumubog sa mga buto niya.

Hindi dapat nangyari iyon. Hindi sa kanya. Parang nasa bingit siya ng tukso, nahuhulog sa mundong hindi siya handa.

Lalong bumigat ang luha habang hawak-hawak niya ang laylayan ng palda. Ang dumi ng pakiramdam niya, parang wasak na kahit hindi naman. Anong klaseng babae siya? Nagpagalaw siya sa apat na lalaki at umaasa pa ring makatagpo ng pagmamahal sa lalaking mapapang-asawa niya dahil buo pa din ang pagkabirhen niya?

Hindi niya makakalimutan ang gabing iyon. Pero siya pa rin si Clarice. At birhen pa rin siya.

At naalala niya ang lahat......

KABANATA 01

ANG BEAUTY QUEEN

Ramdam pa rin ni Clarice ang init ng gintong korona sa ulo niya. Matagal nang pinatay ang mga ilaw sa Malolos City Convention Center, pero parang humuhuni pa rin sa tenga niya ang palakpakan at sigawan ng tao. Kumikinang pa rin ang gown niyang puno ng sequins sa ilalim ng mga poste ng ilaw sa kalsada habang magkahawak-kamay silang naglalakad ng mga magulang niya papunta sa kotse.

"Ang galing mo, anak. Ipinagmamalaki ka namin. Miss Bulacan ka na!" sabi ng tatay niya, nangingislap ang mga mata sa tuwa.

Hawak-hawak naman ng nanay niya ang kamay niya, nangingilid ang luha.

"Hindi ka lang nanalo kasi maganda ka, Clarice. Ang galing mo sumagot, parang buong buhay mo pinaghahandaan 'to. Beauty and brains—walang tatalo d'yan."

Ngumiti si Clarice, pero ang puso niya kumakabog ng kakaiba. Matagal na niyang pangarap ang sandaling ito, pero parang parte lang ito ng mas malaki pang hinahangad niya. Masarap sa pakiramdam ang korona, oo, pero may mas matindi pa siyang pangarap—ang magpakasal sa lalaking mamahalin siya nang buong-buo, kasing lalim ng pagmamahal na kaya niyang ibigay.

Paglabas nila, nag-uunahan ang mga kaibigan niyang makalapit sa kanya, high pa rin sa after-party.

"Grabe Clarice! Panalo ka talaga! Hindi ka lang nanalo, dinurog mo silang lahat!" tili ni Jen, matalik niyang kaibigan mula pa elementary. "Sigurado ako, yung mga lalaki sa bayan, nag-iisip na kung paano magpopropose sa'yo."

"Yung mapapangasawa mo, super-swerte!" dagdag pa ng isa.

Natatawa lang si Clarice pero hindi sumasagot. Wala naman siyang boyfriend. Wala pang unang pag-ibig. Wala pang totoong halik. Puro pangarap lang—na minsan, makakalakad siya sa altar, mangangako ng tapat na pagmamahal, at bubuo ng pamilya. Matagal na niyang ipinangako sa sarili na kapag dumating na ang tamang lalaki, mamahalin niya ito ng buong katapatan hanggang huling hininga.

After a few days.....

Hapon nun nang naglalakad si Clarice papunta sa usual tambayan ng mga kaklase niya pagkatapos ng volleyball practice. Paglapit niya, narinig niya yung pabulong na usapan ng grupo. Naging curious siya kaya binagalan niya ang lakad. Freshman pa lang siya nun sa San Deba College.

"Wait lang, pumayag ka talaga? Ang weird nun!" tawa-sabay-puna ng isa, medyo chubby.

"At least happy naman siya," sagot ng isa na maganda, medyo nahihiyang ngumiti. "Ang importante, intact pa rin ako."

"Grabe ka! Hindi ko kaya yun. Sobra naman. Mas okay na sakin yung...lips.... mas... less sakit," reklamo nung chubby girl.

"Eew, di ko ma-imagine. Kadiri," singit ng isa pa.

Kunot-noo si Clarice. "Hoy, ano ba pinag-uusapan niyo?"

Ngumisi yung chubby. "Kung paano pinapangalagaan ng girls yung... pagka-inosente nila."

Napakurap si Clarice. "Ha? Ngayon ko lang narinig yan. Paano yun?"

Lumapit yung isa, parang nagshi-share ng state secret. "Clarice, mapilit ang mga lalaki. Kung hindi ka mag-iingat, gagawin nila lahat para makuha yung pinoprotektahan natin."

"Eh hindi ko papayagan yun," sagot ni Clarice, umayos ng tayo. "Kung magkaka-boyfriend ako, dapat marunong siyang rumespeto."

Napatawa yung isa. "Meron namang ibang paraan para both happy. Yung iba, kahit may bf, napapanatili pa rin yung virginity nila."

"Ha? Anong ibig mong sabihin?" inosenteng tanong ni Clarice.

Ngumisi yung kaklase. Mahinang bulong: "May ibang options. Medyo uncomfortable lang sa simula—alam mo na, likod-bahay... o lips."

"Kadiri!" napangiwi si Clarice. "Hindi ba masakit yun?"

"Kung minadali mo, oo. Pero kung dahan-dahan, kaya yan," biro ng isa sabay tawa.

Umirap si Clarice, tumiklop ang braso. "Wala akong pakialam. Kung tunay ang pagmamahal ng lalaki, hindi niya ako pipilitin sa ayaw ko."

"Bahala ka," sagot nung isa.

Labing-walo pa lang si Clarice at nagsisimula pa lang siyang kilalanin ang sarili bilang babae.

"Uy, bes! Kanina ka pa tulala. Narinig ko, si crush daw ang magiging tutor mo?" biro ng kaibigan niya habang papasok sa bahay.

"Shhh! Wag ka maingay, baka may makarinig!" bulong ni Clarice pero halata sa ngiti niya ang kilig. "Oo, magkaibigan kasi si Papa at tatay ni Paolo, kaya siya ang kinuha para mag-tutor sa'kin."

"Naiinggit ako! Lahat tayo may gusto kay Paolo, tapos ikaw yung maswerte. Siya pa magiging tutor mo! Eh paano kung ligawan ka nun?"

"Nako, eighteen pa lang ako, hindi pa oras para magka-boyfriend. Chill lang," sagot ni Clarice, pero halata rin ang kasabikan.

"Graduating na siya ngayong October. Ang alam ko, dito lang siya magtuturo sa community school. Akala ko nga lilipat siya sa Manila."

Nagningning ang mga mata ni Clarice. "Excited na talaga ako sa first session namin! Pero Jen ha, please, wag na wag mong ikukwento kahit kanino na may crush ako kay Paolo. Lalo na kay Papa. Baka kanselahin pa niya!"

"Aba, safe sakin yang secret mo. So... ano subject tinuturo niya sayo?" tanong ni Jen na may malokong ngiti.

"Love, syempre," biro ni Clarice sabay tawa.

"Akala ko sasabihin mo lovemaking! Ako, game ako matuto nun kay Paolo," balik-biro ni Jen.

"Grabe ka! Ang landi mo!" humagalpak si Clarice habang sabay silang nagligpit ng mesa.

Kinabukasan, sa bahay ni Clarice...

Katatapos lang niyang maligo at naka-tuwalya lang siya nang marinig niya ang boses sa sala. Akala niya sina Mama at Papa lang kaya lumabas siya nang hindi nag-aayos.

Bigla siyang napatigil. Nasa sala si Papa niya kasama si Paolo.

"Clarice! Magbihis ka muna, may bisita tayo!" singhal ng tatay niya, halatang nahiya.

Namula si Clarice at dali-daling bumalik sa kwarto. Hindi siya makapaniwala—nakita siya ni Paolo na naka-tuwalya lang! Kahit nakatakip, alam niyang revealing pa rin yun.

Pagbalik niya, maayos na ang damit.

"Clarice, simula ngayon si Paolo na ang tutor mo para hindi ka mahirapan sa Math," paliwanag ng tatay niya. "Iiwan ko na kayo para makapagsimula."

Parang tumalon ang puso ni Clarice. High school pa lang, crush na niya si Paolo. Ngayon, kaharap na niya ito bilang tutor.

"Kumusta ka, Clarice? Sophomore ka na next sem, 'di ba? Konti na lang, graduate ka na rin," bati ni Paolo.

"Paolo, start na ba agad ngayon? Akala ko bukas pa," tanong ni Clarice, medyo nahihiya.

"Gusto ng tatay mo simulan na. One hour lang, tapos bukas tuloy ulit," sagot nito sabay ngiti.

Tumango si Clarice. "Sige."

Nagsimula ang lesson. Habang tinuturuan siya ni Paolo ng mga equations, napansin niyang mas malinaw mag-explain si Paolo kaysa sa mga teacher niya.

"Ganun lang pala yun? Eh bakit parang ang hirap pag sa school?" reklamo ni Clarice.

"Taktika lang yun ng teacher niyo. Iba approach ko," tawa ni Paolo. "By the way... may boyfriend ka na ba?" bigla nitong tanong.

Natigilan si Clarice. Si Paolo, ilang taon na rin niyang crush ito. Biglang bumilis tibok ng puso niya.

"Paolo... syempre wala. Eighteen pa lang ako," sagot niya mahina.

"Eighteen ka na. Pwede ka na magka-boyfriend," sagot nito na may ngiti habang nag-aayos ng gamit. "Sige, kita ulit tayo bukas."

Pagkaalis ni Paolo, nakahiga si Clarice sa kama, litong-lito.

Lumipas ang mga araw. Araw-araw dumadalaw si Paolo para magturo. Unti-unting nawala ang ilangan nila, parang naging normal na.

Dalawang linggo ang lumipas, ang laki na ng improvement ni Clarice sa Math. Tuwa si Mr. Karding.

"Sir, pwede ko po bang isama si Clarice bukas sa birthday ng kapatid ko sa Manila? Matagal na rin silang hindi nagkita," paalam ni Paolo.

"Sige, pero bantayan mo siya ha," biro ng tatay ni Clarice. "Walang lalapit na iba dyan."

"Huwag kayong mag-alala, sir. Ako bahala."

Kinabukasan, dumating sila ni Paolo sa isang masayang restaurant sa BGC para sa birthday ni Brianna.

"Clarice! Grabe, ang tagal nating hindi nagkita!" sigaw ni Brianna sabay yakap.

"Happy birthday, Brianna! Isang taon na halos, 'no?" sagot ni Clarice.

"Buti pinayagan ka ng parents mo, akala ko forever ka na lang nakakulong sa bahay! Tara, kain muna. Mamaya, kailangan mong kumanta para sakin," tawa ni Brianna.

Pagkatapos ng dinner, tinawag ng emcee si Clarice sa stage.

"Ladies and gentlemen, please welcome our special guest tonight. She's a crowned Miss Bulacan, and a dear family friend—Miss Clarice Hermosa!"

Medyo nahihiya pero elegante, ngumiti si Clarice at bumulong sa banda kung ano ang kakantahin niya. Pagpasok ng tugtog, umalingawngaw ang boses niyang parang anghel. Pagkatapos, umapaw ang palakpakan.

"Grabe ka, Clarice! Ang galing mo! Proud na proud ako," sabi ni Brianna.

By 8 p.m., nagsimula nang magpaalam ang mga tao. Lumabas na rin sina Clarice at Paolo papunta sa parking.

Hindi nila alam—may isang lalaking nakasunod sa kanila, ilang hakbang lang ang layo.

KABANATA 02

ANG TAGAPAGLIGTAS

"Miss, ang galing mong humawak ng mic ah!" biro ng isang matangkad at malaking lalaki na halatang lasing. Siya yung umiinom ng beer habang kumakanta si Clarice kanina.

Nagulat si Clarice sa kapal ng mukha ng lalaki, kaya sinampal niya ito. Pero mabilis yung lasing—nahawakan niya agad ang kamay ni Clarice at pilit siyang hinalikan. Naamoy ni Clarice ang alak sa hininga nito habang lumalapit ang bibig niya, agresibo at walang pakialam.

Agad namang sumugod si Paolo at sinuntok yung lalaki sa panga. Napaatras yung lasing pero mabilis din nakabawi. Sinalubong niya ng suntok si Paolo na tumama diretso sa mukha kaya bumagsak ito. Hindi pa nakabangon si Paolo, dinaganan na siya at sinimulang bugbugin ng suntok at sipa. Kahit lasing, malakas pa rin yung lalaki at walang laban si Paolo.

"Matapang yung boyfriend mo ha! Pero wala na siyang magagawa ngayon," nakangising sabi ng lasing habang hinawakan ang braso ni Clarice at sinubukang halikan ulit.

Nanginig sa takot si Clarice. Lalo siyang natakot nang makita niyang gumagapang si Paolo, duguan at halos hindi makatayo, pilit pa ring nilalabanan yung lalaki. Bago pa man madikit yung labi ng lasing kay Clarice, biglang kinagat ni Paolo yung hita nito nang madiin. Napa-aray ang lalaki.

"Clarice, tumakbo ka na! Ako na bahala dito!" sigaw ni Paolo habang nakakapit sa mga binti ng kalaban.

Muli niyang kinagat ang hita kaya napasigaw ulit ang lalaki. Dahil sa galit, sunod-sunod na malalakas na suntok ang pinakawalan niya kay Paolo hanggang mawalan ito ng malay. Dumugo ang ilong ni Paolo, namaga ang isang mata, puro pasa at sugat ang katawan.

Naluha si Clarice sa nakita. Ang crush niya, halos ibigay ang buhay para lang ipagtanggol siya. Sino mang babae, siguradong matutuwa kung may lalaking katulad ni Paolo. Pero alam ni Clarice sa puso niya—kahit may gusto siya kay Paolo, hindi yun tunay na pagmamahal.

Buti na lang, dumating agad ang mga guwardiya. Hinablot nila yung lasing at dinala sa presinto. Si Paolo naman, isinugod sa ospital kasama ng mga kapatid at magulang niya na dumating para suportahan siya.

Sabi ng doktor, hindi naman grabe ang pinsala—bukol, pasa at black eye lang. Kahit kaibigan pa ni Brianna yung lasing, kinasuhan pa rin siya at ikinulong. Pagkatapos ng gamutan, pinauwi rin si Paolo.

Pag-uwi ni Clarice, alas dose na ng gabi. Nagulat si Mang Karding nang makita si Paolo na bugbog-sarado. Ikinuwento ni Clarice lahat ng nangyari, at sobra ang pasasalamat ng tatay niya kay Paolo sa pagligtas sa anak.

"Aba, akala ko nagtanan na kayong dalawa, kaya kayo ginabi! 'Yun pala, muntik nang may mangyaring masama kay Clarice," biro ni Mang Karding para gumaan ang sitwasyon.

Natawa silang tatlo at kahit papaano, nabawasan ang bigat ng loob. Ilang minuto pa, nagpaalam na si Paolo at umuwi.

Kinabukasan...

Dumating pa rin si Paolo para sa tutorial, may mga pasa pero nakangiti. Umupo siya sa tabi ni Clarice sa garden.

"Paolo, salamat ha, kung hindi dahil sayo baka na-abuso ako nung lasing," taos-pusong sabi ni Clarice. Wala ang mga magulang niya pero tiwala sila kay Paolo na iwan siyang kasama nito.

"Ano ka ba, magkaibigan tayo. Natural lang na iligtas kita. At saka... gusto talaga kita," sabi ni Paolo sabay ngiti.

Nagulat si Clarice. Oo, may crush din siya kay Paolo, pero hindi niya kayang sagutin ito. Siguro dahil parang matagal na silang magkakilala, parang hindi bagay maging sila.

"May nagsabi na type daw mo daw ako..." nahihiyang sabi ni Clarice. "Pero hindi ko kayang suklian yung feelings mo. Hindi ko rin alam paano kita pasasalamatan."

"Isang halik lang sapat na," biro ni Paolo.

Natahimik si Clarice. Pagtingin niya kay Paolo, nakatitig din ito sa kanya. Para ipakita ang pasasalamat, dahan-dahan siyang lumapit at hinalikan ito sa pisngi.

Halos hindi makapaniwala si Paolo. Masaya niyang niyakap si Clarice, at hindi napigilang maiyak.

"Salamat, Clarice! Ang saya ko. Matagal na kitang mahal. Pero dahil bata ka pa, tinago ko na lang. Hindi ko alam kung kailan ko masasabi sayo," umiiyak na sabi ni Paolo habang nakayakap.

Nagulat si Clarice sa pagiging totoo at tapat ni Paolo. Na-touch siya sa pagiging parang bata nito na sobrang saya sa maliit na bagay. Napaisip siya, "Paano kung mas higit pa yung ibigay ko?"

"Paolo, halik lang yun. Bakit parang sobra kang saya?" natatawang sabi ni Clarice.

"Eh kung sa lips kaya? Papayag ka ba?" seryosong tanong ni Paolo.

Natigilan si Clarice. Naisip niya kung paano halos ibuwis ni Paolo ang buhay para ipagtanggol siya. Isang halik lang naman.

Dahan-dahan siyang lumapit at mabilis na hinalikan si Paolo sa labi. Pangalawang halik niya na yun, at hindi pa siya sigurado kung tama ba ginagawa niya. Pero si Paolo, sobrang tuwa, hinawakan ang pisngi niya at gumanti ng mas mapusok na halik.

Nagulat si Clarice sa tapang ni Paolo, pero hindi niya pinigilan. Curiosity na ang nagdala sa kanya, kaya hinayaan niyang magpatuloy ito. Tumagal pa ang halik nila kaysa inaasahan niya.

Pagbitaw, tumingin si Paolo sa mga mata niya. "Ibig sabihin ba nito, girlfriend na kita?"

Hindi agad nakasagot si Clarice. May init na gumising sa loob niya, pero alam niyang hindi niya tunay na mahal si Paolo.

"Sorry, Paolo. Hindi pa ako ready sa relationship," mahina niyang sagot. Nahihiya siya kasi pinayagan niyang mahalikan siya pero hindi niya kayang sagutin ito.

"It's okay," nakangiting sagot ni Paolo. "Pero sana maulit ulit kahit hindi mo ko mahal. Sobrang saya ko na, Clarice."

Napagaan ang loob ni Clarice sa sinabi nito. Natuwa siyang mapasaya niya si Paolo.

"O-okay," sagot niya.

Muli siyang hinalikan ni Paolo, pero ngayon, naging mapangahas ang kamay niya. Bigla niyang hinawakan ang dibdib ni Clarice. Natigilan si Clarice, hindi agad nakakilos. Ilang saglit pa, gumapang ang kamay niya pababa, sa pagitan ng mga hita niya.

"Paolo, huwag! Mali yan! Tama na!" pigil ni Clarice, tinulak siya dahil bigla siyang kinabahan.

"Sige... salamat ha. Alis na ako. Kita tayo bukas," sabi ni Paolo na nakangiti pa rin bago umalis.

Naiwan si Clarice, naguguluhan. Hindi siya makapaniwala sa nangyari. Ginawa nila yung bagay na dapat para lang sa magkasintahan.

Kinabukasan, sa bahay ni Clarice...

"Mmm... ohhh..." napaungol si Clarice habang hinahalikan siya ni Paolo, at nilalaro ng daliri nito ang pagitan ng mga hita niya.

Tapos na dapat ang tutorial nila, pero nauwi na naman sila sa parehong "laro" na ginawa nila kahapon. Gusto sanang tumanggi ni Clarice, pero hindi niya mapigilan yung kakaibang init na bumabalot sa katawan niya.

Bawat haplos ni Paolo, may kakaibang kuryente siyang nararamdaman. Tuluyan nang nagising ang pagkababae niya. Siya ang unang gumising ng ganitong damdamin sa kanya.

Simula noon, halos araw-araw, ganun ang nangyayari tuwing may lesson sila ni Paolo. Hindi maintindihan ni Clarice ang sarili kung bakit niya hinahayaan—gayong hindi naman niya mahal si Paolo, at hindi rin siya nito nobya.

Hindi na siya bata. Dalaga na siya.

Napukaw ni Paolo ang nakatagong init ng katawan niya.

KABANATA 03

METAMORPHOSIS

Isang hapon, nasa boarding house ni Paolo silang dalawa. May kaunting renovation kasi sa bahay ni Clarice kaya dun muna nila ginagawa ang tutorial lessons. Pero sa totoo lang, mula nang matutunan ni Clarice ang halikan si Paolo, nag-iba na ang takbo ng mga "lesson" nila. Mas naging agresibo, mas naging mapusok.

Walang tao noon sa boarding house dahil umuwi ang board mate ni Paolo. Dalawa lang silang nagre-rent doon. Naka-skirt pa si Clarice kaya madaling nakapasok ang kamay ni Paolo sa pagitan ng kanyang mga hita, natatakpan lang ng underwear. Nang sinubukan ni Paolo na ipasok ang daliri niya sa loob, agad siyang pinigilan ni Clarice.

"Paolo, tama na! Hinayaan na kitang hawakan 'yan pero sobra na 'yan ha!" reklamo ni Clarice.

"Touch lang, hindi ko ipapasok!" sagot ni Paolo.

"Eh hindi naman kita boyfriend!" inis na sagot ni Clarice.

"Ayos, sige, ihahatid na lang kita pauwi!" biglang tayo ni Paolo at iniligpit ang gamit.

Kita ni Clarice na nainis si Paolo sa pagtanggi niya. Alam niyang mali kung hahayaang kunin ni Paolo ang pinakaimportanteng pag-aari niya. Pero aminado rin siyang siya mismo ang dahilan kaya lumalakas ang loob ni Paolo. Hinayaan niya kasing galawin siya bilang kapalit sa pagtatanggol sa kanya ng binata noon.

Naiintindihan niya si Paolo. Lalaki ito, at normal lang na may ganoong nararamdaman lalo na kapag kasama ang isang babae. At sa isip ni Clarice, maliit lang na bagay ang ginagawa nila kumpara sa sakripisyong ginawa ni Paolo para ipagtanggol siya.

"Wait, Paolo! Huwag ka nang magtampo. Sige na, papayagan kita basta promise mo ha—hipo lang pero huwag mong ipapasok kahit kailan! Promise!" sabi ni Clarice.

"Talaga? Promise!!!" Biglang lumiwanag ang mukha ni Paolo at bumalik agad sa tabi ni Clarice.

Hinayaan ni Clarice na halikan siya ni Paolo habang nilalaro ng mga daliri nito ang loob ng kanyang panty. First time ni Clarice maramdaman ang ganoon kaya napakislot siya nang matamaan ni Paolo ang G spot niya. Ramdam ni Paolo ang basang lagusan kaya nang tuluyan niyang hubarin ang panty, hindi na pumalag si Clarice.

Unti-unting bumaba ang mga halik ni Paolo sa dibdib niya hanggang matanggal ang bra niya. Para siyang sanggol na gutom na dumedede, at si Clarice naman ay halos mabaliw sa sarap. Hindi niya alam kung saan ipapaling ang ulo niya dahil sabay-sabay ang kiliting nararamdaman—sa dibdib at sa kanyang hiwa.

Mas intense ang pakiramdam kumpara sa mga nakaraang araw. Kahit na dinadala siya ng sensasyon, may takot pa rin si Clarice. Baka kasi ipasok ni Paolo ang daliri niya. Kaya matapos ang ilang minuto, bigla siyang tumayo.

"Paolo, tama na! Mali 'to! Hindi kita boyfriend! Ginawa ko lang 'to para magpasalamat!" umiiyak na sabi ni Clarice.

"Okay, sorry. Hindi ko na mapigilan pero salamat kasi hinayaan mo ako," sagot ni Paolo sabay halik sa labi niya.

"Paolo, gusto kong magpahinga. Bukas na lang ulit tayo mag-aral," sabi ni Clarice habang tumutulo ang luha.

Tumayo si Paolo, at sabay silang umalis sa boarding house. Pagdating sa kwarto, tuloy-tuloy ang iyak ni Clarice. May guilt siyang naramdaman. Hinayaan niyang galawin ang pinakasekreto niyang yaman.

Kinabukasan...

"Clarice, aalis kami ng mama mo papunta sa restaurant. Hindi pa tapos ang renovation dito sa bahay kaya sa susunod na araw, dun pa din kayo sa boarding house ni Paolo mag-aaral," bilin ni Mang Karding.

"Opo, Daddy," sagot ni Clarice.

Maya-maya may kumatok.

"Good morning!" bati ng bisita.

"Oh, si Paolo pala! Sige anak, alis na kami. Paolo, ikaw na bahala kay Clarice ha, siguraduhin mong mag-aral siya!" masayang bilin ni Mang Karding.

"Yes, Mang Karding!" sagot ni Paolo, sabay tingin kay Clarice ng makahulugan.

Nang makasigurong malayo na ang mga magulang ni Clarice, agad siyang nilapitan ni Paolo at hinalikan sa labi. Nabigla si Clarice pero parang inaasahan na rin niya ang mangyayari kaya hindi na siya pumalag. Tulad ng kahapon, nadala na naman siya at hinayaan si Paolo.

Tinanggal lahat I Paolo ang damit ni Clarice na siya nitong ikinagulat pero hindi na rin siya tumanggi dahil excited din siya at muling naglaro ang mga labi nito sa kanyang dibdib. Mas naging agresibo pa si Paolo, lalo na nang makita niyang sobrang nadadala na si Clarice. Unti-unting bumaba ang mga halik nito hanggang makarating sa pinaka-iningatang bahagi ni Clarice.

Gulat na gulat si Clarice nang maramdaman niyang hinalikan ni Paolo ang kanyang pagkababae. Tinulak niya ito pero hindi niya mapigil si Paolo. Lalong sumiklab ang halong hiya, takot, at kakaibang kilig sa dibdib ni Clarice.

Ayaw niyang makita ni Paolo ang yaman niya, pero heto siya ngayon, kusang ibinubukas ang sarili. Hindi man sang-ayon ang utak niya, pero ang katawan niya ang nagbigay. Hindi namalayan ni Clarice na pinaghiwalay niya ang kanyang mga hita para mas malaya si Paolo.

At doon, unang beses na narating ni Clarice ang rurok ng sarap sa buong buhay niya.

Hindi siya makapaniwala na ganoon kasarap ang pakiramdam. Nang makabawi siya at mahimasmasan, agad niyang itinulak si Paolo at napaiyak. Hiyang-hiya siya sa nangyari pero sa loob-loob niya, ang sarap pala talaga.

"Don't cry, Clarice. Virgin ka pa rin naman, at nag-enjoy ka sa ginawa natin," sabi ni Paolo, seryoso pero may halong biro.

"Paolo, sinamantala mo 'yung kahinaan ko! Basta huwag mong ikakalat ang nangyari, please!" umiiyak na pakiusap ni Clarice.

"Of course! Secret lang natin 'to. Wala ka nang maililihim sa'kin—nakita ko na lahat!" biro ni Paolo.

"Gago ka talaga Paolo! Ayokong maulit pa 'to! Una at huli na 'to!" sagot ni Clarice habang umiiyak.

"Sure, promise!" sagot ni Paolo sabay halik ulit sa labi niya.

At nagpatuloy sila sa kanilang lesson.

Samantala, sa restaurant ni Mang Karding...

"Mr. Karding, sino naghanda ng mga putahe dito? Ang sarap! May laban sa fine dining restaurants ko," sabi ng customer.

"Ang misis ko. Siya ang nagluto lahat niyan," proud na sagot ni Mang Karding.

Si Mr. Roque, may-ari din ng restaurant sa Pangasinan, at pinapunta talaga ni Brianna.

"Tama ang sabi ni Brianna. Masarap nga. Magbabayad ako para sa recipe. Babalik ako para pag-usapan natin presyo," sabi ni Roque sabay alis.

Habang palabas si Roque, sakto namang dumating sina Clarice at Paolo, na parang magkasintahan. Napatitig agad si Roque kay Clarice. Gusto niya sanang batiin pero nagmamadali siya.

"Dad, sino 'yun?" tanong ni Clarice.

"Oh, may-ari ng restaurant sa Pangasinan. Gusto bilhin ang recipe ng mama mo. Malaki ang bayad!" sagot ni Mang Karding, tuwang-tuwa.

"Wow! Na-discover ang luto ni Mama!" masayang sagot ni Clarice.

Pagkatapos kumain, umuwi si Clarice para magpahinga. Maliligo na lang sana siya pero habang nasa banyo, biglang bumalik sa isip niya ang unang beses niyang maabot ang langit sa ginawa ni Paolo. Hindi niya akalaing ganoon kasarap iyon.

Habang naiisip iyon, hindi niya napigilang galawin ang sarili niya. Hanggang sa halos mapasigaw siya nang muli siyang makarating sa rurok. Nahihiya siya sa sarili niya—hindi niya akalaing kaya niyang gawin iyon. Akala niya ay mga lalaki lang ang gumagawa nun.

Pagkatapos maligo at magbihis, nahiga siya at napaisip. 18 lang siya, wala pang totoong experience sa sex, pero dalawang beses na siyang umabot sa langit sa isang araw.

At muli, hinayaan niyang ang sarili niya ang magbigay ng kasunod na kaligayahan.

KABANATA 04

ROAD TO EXPERTISE

Lumipas ang mahigit isang linggo...

Nasa loob ng boarding house sina Paolo at Clarice, habang abala si Paolo sa paglalaro ng labi niya sa pagkababae ni Clarice. Yung pangako niya dati na hindi na niya uulitin—ayun, napako na naman.

Saktong naabot na ni Clarice yung rurok ng sarap nang biglang bumukas ang pinto. Si Ian, ang boarding housemate ni Paolo.

Huling-huli sila nito na nasa pagitan ng dalawang hita ni Clarice ang ulo ni Paolo.

Mabilis na tumayo si Clarice, umupo sa upuan, at tinakpan ang mukha sa labis na kahihiyan. Buti na lang naka-skirt siya at panty lang ang tinanggal niya para makagalaw si Paolo. Pero sobrang awkward niya kasi wala siyang suot na underwear. Yung panty niya? Nasa bulsa na ni Paolo habang nagtatago sa eksena.

"Pare! Kumatok ka naman bago ka pumasok!" Ang naininis na sabi ni Paolo.

"Tol, dalawa lang tayo dito sa boarding house at never akong kumakatok tuwing pumapasok dahil may susi ako. At tsaka, tig-isa tayo ng kuwarto. Dapat doon kayo sa loob at hindi dito sa sala." Naiinis na sabi ni Ian.

"Ok. Ok. Basta walang makakaalam ng nakita mo. Itikom mo ang bibig mo." Sabi ni Paolo.

"No problem pare. Kilala mo ako, hindi ako madaldal. Safe ang sikreto niyo sa akin. Pero next time naman pare, sa motel nyo na gawin at huwag dito. Maiistorbo lang kayo at....maiinggit ako." Patuloy ni Ian na may halong biro.

"Gago!" Sabi ni Paolo sabay tapon ng unan sa kaibigan na pabiro.

Hiyang-hiya si Clarice sa nangyari. May nakahuli sa ginagawa nila.

"Huwag kang mag-alala miss. Hindi ko ipasasabi ang ginawa nyo dito. Pero next time ha? Huwag kang pumayag dito sa boyfriend mo na gawin kung saan-saan. Baka malaman ng magulang mo eh magalit yun. At sayang lang ang virginity mo dahil ibinigay mo sa manyak na ito." Sabay tawa ni Ian.

"Virgin pa po ako." Pangangatuwiran ni Clarice.

Noon lang niya napagtuunan ng pansin ang lalaki. Matangkad ito, maskulado at guwapo. Hindi agad maialis ni Clarice ang tingin sa lalaki. Na-attract si Clarice sa lalaki.

"Ha? Virgin ka pa? Naku. Eh di lalo kang mag-ingat. Manyak ito!" Sabay tawa ng malakas.

"Ulol ka! Aalis na kami! Baka magamit ko pa 'yang natutunan mo sa MMA laban sa'yo!" biro ni Paolo habang hinila palabas si Clarice.

Bago umalis si Clarice ay napasulyap siya kay Ian. Nag magtama ang mga mata nila, kinindatan siya nito. Namula si Clarice at agad na lumakad palabas.

Habang naglalakad, sobrang naiilang si Clarice kasi wala pa rin siyang panty. Kabado siya na baka may hangin na biglang umihip at bumuyangyang yung sikreto niya.

"Alam mo, parang totoo yung sinabi ng kaibigan mo," seryosong sabi ni Clarice.

"Ha? Bakit naman?" tanong ni Paolo.

"Kasi sinabi niyang manyak ka. Totoo naman!" balik ni Clarice, seryoso pa rin.

Napatigil si Paolo.

"Kung manyak ako, ikaw? Nympho ka! Virgin na nympho!" biro niya.

"Paolo! Ang pangit ng joke na 'yan!" halos maiyak si Clarice sa hiya.

Kahit biro lang, ramdam niya na may katotohanan. Virgin nga siya, pero ilang beses na siyang nakaabot sa tuktok ng sarap—pati sa sarili niya. Napahiya siya sa sarili niya pag naiisip yun.

"Sorry na! Joke lang! Tara na, uwi na tayo," sabay ni Paolo.

Umuwi si Clarice nang tahimik, walang imik... at wala pa ring suot na underwear.

Lumipas ang tatlong araw...

"Ohhh... wag mong tigilan! Ohhhhhh..." ungol ni Clarice habang hawak ang ulo ni Paolo na nakalubog sa pagitan ng hita niya.

Nasa boarding house ulit sila ni Paolo. Si Ian ay umalis papunta sa POEA para lakarin ang mga dokumento na kailangan niya sa trabaho abroad kaya doon ulit ginawa nila Clarice at Paolo ang ritwal. Pinapaligaya na naman siya nito gamit ang labi. Maya-maya lang, umabot na naman siya sa rurok ng sarap.

Kahit ilang ulit na nilang nagagawa, nahihiya pa rin si Clarice. Pero tuwang-tuwa si Paolo kasi sobrang submissive ni Clarice sa mga gusto niya. Sa isip ni Paolo, panahon na para mag-level up.

"Clarice, may ipapakita ako sa'yo. Ganito ang dapat mong gawin para hindi agad mawala ang virginity mo—kahit kanino," sabay pakita ni Paolo ng adult video.

First time ni Clarice makapanood ng ganun kaya sobrang nahihiya siya. Yung babae sa video, busy ang bibig sa ari ng lalaki. Ungol ng ungol yung lalaki sa sarap.

"Hindi ko kayang gawin 'yan! Kadiri!" nahihiyang sabi ni Clarice.

"Kaya mo 'yan! Ginawa ko sa'yo 'yun, hindi naman ako nagreklamo!" balik ni Paolo, nakangisi.

"Manyak ka talaga! Uuwi na ako!" inis ni Clarice.

"Hoy, teka lang. Relax ka. Hindi kita pipilitin," malambing na sagot ni Paolo sabay halik sa labi.

Umupo ulit si Clarice sa tabi niya at pinilit panoorin ng ilang minuto.

"Alam mo, sobrang saya ko nung una kitang nahalikan. Mas lalo nung nag-level up tayo. Sigurado ako, magiging masaya ako kapag natupad pa yung pangarap ko. Pero hindi kita pinipilit," seryosong sabi ni Paolo.

Napatingin si Clarice, at nakaramdam ng awa. Naalala niya kung paano siya ipinagtanggol ni Paolo dati. Nadala rin siya sa napanood at may halong curiosity.

"Hindi ko pa rin kaya," mahina niyang sagot.

"Sa una lang yan. Masasanay ka rin. At mag-eenjoy ka rin, promise," pangungumbinsi ni Paolo.

Nag-isip si Clarice sandali.

"Sige... gagawin ko. Pero ngayon lang ha! Wag mo na akong pilitin ulit!"

Tuwa-tuwa si Paolo kaya agad niyang binuksan ang zipper at nilabas ang alaga niya.

Nanlaki ang mata ni Clarice. First time niyang makakita ng ganun. Nahihiya man, curious pa rin siya kaya dahan-dahan siyang yumuko at ginaya yung nasa video.

Sa una, parang naduduwal siya, pero nang tumagal, nasanay at nakaramdam ng kakaibang sensasyon. Unti-unti, parang nag-eenjoy na rin siya.

Si Paolo naman, halos mabaliw sa sarap. Ilang sandali pa, biglang pumutok sa bibig ni Clarice ang lahat.

Nagulat si Clarice at napatulak siya. Yung iba, tumama pa sa mukha niya, yung iba nalunok niya. Napaiyak siya sa gulat at hiya. Hindi niya inasahan na bigla siyang bubulwakan ni Paolo nang hindi man lang nagbabala.

Pero inisip niya: virgin pa rin naman siya. Ang kaibahan lang, hindi na virgin ang bibig niya.

"Sorry Clarice! Hindi ko napigilan! Kasalanan mo rin, sobra kasi ang galing ng labi mo!" hirit ni Paolo na may halong biro.

"Paolo! Manyak ka talaga! Hindi ko na uulitin 'yon, promise! Tama na! Last na 'yon!" umiiyak na sagot ni Clarice habang nagmamadaling nagbihis para umuwi.

Oo, virgin pa rin siya. Pero may bago na siyang karanasan.

At natuto siya ng isang "bagong talent" ngayong araw.

KABANATA 05

ALMOST PURE

Yung sinabi ni Clarice kay Paolo na hindi na mauulit? Hindi rin natupad. Ilang araw lang, paulit-ulit din nilang ginawa yung bagong "skill" na natutunan ni Clarice. Naiisip niya minsan, bakit parang sobrang sunod-sunuran siya kay Paolo?

Lumipas ang mga araw, natutunan na rin ng labi ni Clarice tanggapin lahat ng inilalabas ni Paolo—walang tinatapon kahit patak. Sabi pa ni Paolo, "Protein-rich daw yun."

Isang araw, nag-decide silang mag-AirBnB.

Sa loob ng kwarto, pareho silang hubad at nakapuwesto baligtaran, 69, sabay abala ang mga labi nila sa isa't isa para bigyan ng sarap ang bawat isa.

Si Clarice, hindi mapakali. Iba kasi ang sensasyon—first time nilang gawin yung ganung posisyon. At dahil ilang ulit nang ginagawa ni Paolo yung "laro" na 'yon, hindi na siya natatakot kung anong gagawin ni Paolo sa hiyas niya. Ang condition lang niya: huwag na huwag itong papasok para hindi mawala ang pagka-birhen niya. At so far, sinusunod naman ni Paolo.

Pero habang abala ang labi ni Paolo, may naisip itong subukan. Dahan-dahan niyang pinasok ang hintuturo niya sa likod na pintuan ni Clarice. Nagulat si Clarice at hindi kaagad nakapag-react. Wala na itong nagawa hanggang tuluyang nakalusot ang dalawang daliri ni Paolo.

"Alisin mo, Paolo!" galit na sabi ni Clarice.

Pero imbes na alisin, ginalaw pa ito na parang piston. Si Clarice, nagulat, at napa-still sa kakaibang sensasyon. Bagong karanasan, at hindi niya alam kung matutuwa ba siya o maiinis.

Gusto niya sanang pigilan si Paolo pero masyadong malakas. Kaya kinagat niya nang medyo madiin ang ri nitong nasa bibig niya para mapatigil.

Napaatras si Paolo bigla at nag-check kung ok pa ba yung "weapon" niya.

"Clarice! Halos masaktan mo na 'to! Ano ba!" reklamo nito.

"Kasalanan mo 'yan! Sabi kong tigil na, hindi ka nakinig!" inis na sagot ni Clarice.

Kahit nagalit siya, hindi rin niya maitago na nasarapan siya kahit konti. Pero nahihiya siyang ipaalam kay Paolo. Para sa kanya, bagay lang 'yon sa mga bakla. Hindi niya akalaing Clarice-enjoy din pala niya.

"Clarice, since nakuha ko na si 'kapitbahay'... baka pwede nang ipakilala si 'sundalo' kay 'kapitbahay' para magkaibigan sila." nanunuksong sabi ni Paolo.

"Grabe ka! Pag ginawa natin 'yon, parang totoong sex na!" nahihiyang sagot ni Clarice.

"Ikaw na nagsabing 'parang' sex. Hindi pa rin yan actual sex, virgin ka pa rin. Try lang natin!" pangungulit ni Paolo.

"Ayoko nga!" matigas na sagot ni Clarice.

"Please, Clarice..." pilit pa nito.

"Ayoko sabi!" galit na ulit ni Clarice.

"Eh baka hindi na tayo magkita, kasi dadalhin ako ni Papa sa Dubai. Hindi na rin ako makakapagturo sa community school. Baka ito na lang ang last chance natin!" malungkot na hirit ni Paolo.

Napaisip si Clarice. Baka nga totoo, baka mawala na talaga si Paolo. Naalala niya rin na minsan, niligtas siya nito. Kung pagbibigyan niya, siguradong magiging espesyal 'yon kay Paolo kapag nasa Dubai na.

"Okay... sige. Pero dahan-dahan lang ha." naiiyak na sagot ni Clarice habang pumuwesto na siya on all fours.

Kumuha ng baby oil si Paolo, at unti-unting nagawa ang matagal na niyang gustong subukan. Hindi man sa main door, halos pareho rin ang sensasyon.

Ilang segundo lang, parang hinete si Paolo na nakasakay sa kabayo, urong-sulong ang bewang habang si Clarice ay napapapikit sa sensasyon. Sa sobrang sarap, kusa nang gumalaw ang daliri ni Clarice para laruin ang sariling perlas.

Hanggang sa bumilis ang galaw ni Paolo, at sabay silang umabot sa rurok.

Pagkatapos, napaiyak si Clarice. Kinuha na ni Paolo ang dalawa niyang virgin spot—ang labi at ang pintuan sa likod.

Nangako siya sa sarili na yung tunay na virginity niya, para lang sa magiging asawa niya. Half-virgin na lang siya ngayon.

Hindi pa doon nagtapos—ilang rounds pa silang naglaro hanggang sumakit ang likuran ni Clarice. Pag-uwi, hirap na hirap siyang maglakad, namamaga na ang pintuan likod niya.

"Clarice, okay ka lang? Virgin ka pa rin naman eh!" biro pa ni Paolo.

Pero si Clarice, nahiya, naluha, at naawa sa sarili. Wala na siyang maitatago kay Paolo. Lahat nagawa na niya maliban sa mismong harap.

"Bwisit ka, Paolo! Virgin pa rin ako! Pero promise mo sakin, walang makakaalam nito! Ayoko masira pangalan ko! Miss Bulacan ako! At please, ayoko na talagang maulit 'yon!" iyak niyang pakiusap.

"Don't worry, secret natin 'to. Promise." sagot ni Paolo.

Hatid siya nito sa bahay, at agad siyang nag-shower pagdating. Doon na siya napahagulhol hanggang makatulog.

Virgin pa rin ba siya? Oo, technically, kasi intact pa hymen niya. Pero sa experience—hindi na. Para ngang mas expert pa siya kaysa sa ibang babaeng kasal na.

Simula noon, inulit pa nila ni Paolo yung "game" nang ilang beses pa. At lalo pang nasanay si Clarice.

Pero habang lumilipas ang araw, mas lalo siyang nagtatanong sa sarili:

"Anong klaseng babae na ba ako ngayon?" Tanong ni Clarice sa sarili.

KABANATA 06

IRON HYMEN

I*sang araw......*

"Izza, samahan mo naman ako sa clinic oh." Sabi ni Clarice sa kaibigan habang kausap sa telepono.

"Bakit? May sakit ka?" Tanong nito.

"Basta. Maya ko na lang sasabihin." Sabi ni Clarice.

Sa klinika....

Pakiramdam ni Clarice ang liit-liit niya sa upuan. Pinaglalaruan niya ang strap ng sling bag habang ang isip niya, puro tanong at kaba.

"Akala ko nabuntis ka dahil sa OB-GYNE clinic tayo nagpunta yun pala eh may discomfort ka lang doon." Ang sabi ni Izza nakatawa.

"Eh siyempre nag-aalala ako dahil hindi siya normal. Makati kaya!" Ang sagot ni Clarice.

Maya-maya ay tinawag na sila ng doktora para ipaliwanag ang resulta.

"Clarice iha, medyo irritated ang flower mo. May konting rashes. Possible na dahil sa panty liner pero walang bacterial infection. Pwedeng dahil sa pagbabago ng PH level mo. Pwede rin naman na nahawakan mo na madumi ang kamay mo or...dahil sa halik." Sabi ng doctor.

"Girl! Nagpahalik ka dun?!" Biro ni Izza.

"Hindi ah!" Depensa ni Clarice, namumula ang mukha.

"Bilhin mo ito para mawala ang discomfort. And iha...may nadiskubre ako sa flower mo." Seryosong sabi ng doktora.

Nagkatinginan si Clarice at Izza na parang nagtataka na may halong pangamba.

"A..ano po yun..doktora?" Nag-aalalang tanong ni Clarice.

"Clarice, ang meron ka ay sobrang kapal na hymen. Karamihan ng babae, manipis ang hymen na may maliit na butas. Pero ang sa 'yo, makapal at sobrang tibay, at napakaliit pa ng opening. At ang catch—hindi pa siya nasa bukana. Nasa bandang loob siya at makapal talaga. Bukod dun ay medyo elastic siya." paliwanag ng doktora.

Napatuwid ng upo si Clarice. "Normal po ba 'yon?"

"Hindi masyadong common, actually bihira. Sa iyo ko lang nakita yang ganoong klase aside sa mga medical books." nakangiting sagot ng doktora.

"Karamihan ng hymen, manipis at nasa mismong bukana. Ang sa 'yo, mas malalim, mas matibay at medyo elastic. Napakatibay. Kahit may lalaking... sige sabihin na nating... pumasok, mahaharangan siya at hindi makakapasok nang tuluyan. Kung makapasok man sa hymen, hindi ito basta mapupunit kundi mababanat lang. Oo, masasaktan ka, pero hindi agad mababasag, mababatak itong parang goma. Maliban na lang kung ipipilit ng todo, at doon ka talaga masasaktan o mapupunit. Pero hindi ibig sabihin na kapag masakit, wasak na. Pwede pa ring buo ang hymen mo kahit masakit."

Tumaas ang kilay ni Izza, natatawa. "So ibig sabihin, may armor ka d'yan sa baba?"

Natawa ang doktora. "Parang gano'n. Bigyan na lang natin ng term: binigyan ka ng nature ng *extra security lock*. Kailangan ng matinding puwersa para mabasag ang hymen mo. At syempre, hindi ko 'yon nirerekomenda kasi masakit talaga. As in grabe ang sakit."

"Parang ganito. Ang pangkaraniwang hymen ng babae ay parang sinulid, napapatid kapag binatak kahit sa kaunting pwersa. Ang elastic hymen ay parang rubber band, nag-stretch lang hanggang sa mapatid. Ang sa iyo ay parang shoe lace, matibay at mahirap patirin pero mapapatid kapag pinuwersa ng todo. Ang hymen mo, Clarice ay parang industrial nylon cord, napakatibay at nag-stretch. Kayang mag-resist kahit matinding pwersa pa at mag-stretch lang kapag pinilit. Pero mapapatid din kung pipilitin ng todo o kapag madaming attempt." Dagdag pa nito.

Namula si Clarice. "So... technically, pwede akong... ahm... makipag-ano... kahit sino... pero... intact pa rin?"

"Oo. Birhen ka pa rin technically kahit pa may mag-attempt. Pero magiging mahirap talagang pasukin. Pwede mong hayaang pumasok ang boyfriend mo pero hindi agad masisira ang hymen mo." sagot ng doktora na parang matter-of-fact lang.

"Masasaktan ba ako kung sakaling may nakapasok sa bukana pero hindi tumagos sa hymen?" tanong ni Clarice.

"Malaki ang chance na masaktan ka pero hindi ka dudugo. Hymen lang ang nagpapadugo." sagot ng doktora.

"Mahihirapan ang kahit sino man na mapasok ka. Parang may nakaharang na wedding ring sa bukana. Kung ipipilit ay mag-stretch lang ang hymen at papasok ito sa loob. Pero kung ipipilit talaga at pwepwersahin ng lalaki ay mababanat ang hymen mo na parang rubber band. Bubuka ito pero hindi basta-basta mapupunit. Kahit makapasok pa ang ari ay pwedeng mag-stretch lang at hindi magdugo. Sa kaso mo eh pwede siyang mag-stretch pero may mapupunit pa rin na part ang hymen mo pero hindi tuluyang mapapatid dahil sa sobrang kapal at tibay." dagdag pa niya.

Medyo natawa pa siya. "Maswerte ka. Para kang may VIP pass na no entry. Isa ka sa kakaunting babae na posibleng manatiling birhen kahit ilang lalaki pa ang magtangkang pumasok."

"Eto pa. Ang ordinaryong babae, parang manipis na papel—madaling tusukin. Ikaw? Para kang karton. Kahit ilang tusok, buo pa rin. Kailangan ng matinding effort para mabutas." dagdag ng doktora.

Natawa ng malakas si Izza. "Girl, Supergirl ka pala! Impenetrable! Parang naka-chastity belt ka na bakal!"

"Tumigil ka nga Izza! Inconvenience nga ito eh," iritadong sagot ni Clarice, pero sa loob-loob niya, parang may nabubuo ring kumpiyansa. Ngayon lang niya inisip ang katawan niya ng ganitong paraan—parang may invisible shield na kanya lang.

"Oo nga. Supergirl na tanging Superman lang ang makakabasag." biro pa ng doktora.

"Doc, kung masyadong matibay ang hymen niya, pag pinilit siya, dudugo ba siya ng sobra?" tanong ni Izza.

"Kapag tuluyang nawasak ang hymen, dudugo siya na parang may regla o higit pa. As in grabe ang pagdurugo. Karamihan sa ganitong kondisyon, napupunta pa ng ospital. Kapag may nagtangkang pumasok ay pwedeng may spotting lang ng dugo, ibig sabihin hindi pa tuluyang wasak. Virgin pa rin siya. Pero kung pinilit at tuluyan, sobra ang sakit at pwedeng maospital. Ang tamang paraan para mapunit iyon ay dahan-dahan, unti-unti, hindi pilit. Parang installment ang pagkasira hanggang numipis at bumigay."

Natawa na naman si Izza. "Girl, kailangan mo ng team ng basketball para d'yan! At installment process!"

"Izza!" nanlaki ang mata ni Clarice.

"Isa pa, medyo nasa loob ang hymen mo. Kahit ipasok mo ang pingpong ball, hindi pa rin mababasag. Pero kung pilitin hanggang masyadong malalim, saka lang mag-stretch at pwedeng mapunit. Kaya kung may lalaking ipinasok ang ulo ng... ahm... ari niya, hindi pa rin siya mababasag agad. Pero pag lumampas sa limit, doon mawawala ang virginity mo." dagdag pa ng doktora.

"Eh doc, kung ipinasok lang hanggang ulo at nag-release sa loob, mabubuntis ba siya?" tanong ni Izza.

"Magandang tanong. Ang hymen niya halos sarado, may butas lang na 1-2 millimeters. Halos wala talagang chance na makalusot ang sperm. Halos imposible siyang mabuntis sa gano'ng sitwasyon." paliwanag pa ng doktora.

"May ibang babae, nagpapasurgery para hindi masyadong masakit sa first time. Pero si Clarice, may choice—either operasyon o natural. Kung natural, medyo matagal at maraming attempt hanggang sa unti-unti itong numinipis at lumuluwag hanggang mabasag ng tamang tao, sa tamang panahon. Parang makapal ng rubber band na dahan-dahan ang batak hanggang sa maputol."

"Girl, sabi ko sa'yo, kailangan mo ng isang basketball team!" biro ulit ni Izza.

"At Clarice, huwag kang matakot sa malaking ari dahil mahihirapan yung makapasok sa iyo. Mas matakot ka sa payat na ari ng lalaki dahil mas madaling makapasok yun sa hymen mo. Gets mo? Parang damit ng bata, mapupunit kapag isinuot ng malaking tao pero kasyang-kasya sa bata." Patuloy ng doktora.

Pag-uwi, nakatanaw lang si Clarice sa bintana ng sasakyan, iniisip lahat ng narinig niya.

Mahina siyang bumulong. "Matibay na hymen... stretchable......medyo nasa loob... ... halos bulletproof. At masikip pa ang bukana. Ang tamang paraan para mabasag ito ng future husband ko ay dahan-dahan, installment."

Tinapik siya ni Izza. "Isipin mo na lang, wala kang dapat ikatakot. Unless may ma-meet kang sobrang persistent na guy. Ang swerte mo Clarice. Pwede kang makipag-sex kahit kanino nang hindi ka pa rin nawawalan ng virginity!"

Bahagyang ngumiti si Clarice. Sa unang pagkakataon, may kakaibang kumpiyansa siyang naramdaman tungkol sa sarili. Isang bagay na hindi niya inisip kailanman.

Ang naisip lang niya: Hindi basta-basta mawawala ang virginity ko.

Supergirl pala siya.

KABANATA 07

ANG MAGKAIBIGAN

Makalipas ang isang lingo.....

Hubo't-hubad si Clarice na nakatuwad habang nasa likod si Paolo at parang hinete na nakikipag-karera ng mga oras na iyon. Nandoon na naman sila sa boarding house noong araw na iyon dahil nagpunta si Ian sa agency para i-process ang pag-alis niya.

Nilalaro ni Clarice ang sarili habang patuloy si Paolo sa pagbayo sa pintuan ng likod-bahay niya. Simula ng maranasan ni Clarice ang 'simulation' ay hinahanap-hanap na niya na gawin nila ang bagay na iyon.

Sa tuwing aatake ang arousal ni Clarice ay pakiramdam niya ay nag-iiba siya ng pagkatao. Nagiging wild siya. Pakiramdam niya ay babaeng-babae siya kapag ginagawa iyon.

Naputol ang iniisip ni Clarice nang biglang bumukas ang pinto.

"Hoy!" sigaw ni Paolo, napalingon agad, halos maputol ang sandali. "Ian! Ano ba 'yan, hindi ka man lang kumatok! Istorbo ka!"

Napatigil si Clarice, namula ang mukha at halos gusto nang tumalon mula sa kama pero hinawakan siya ni Paolo at pinigilan. Patuloy sa pagbayo ito na parang bale-wala.

"Diyos ko..." bulong niya, halos mahulog ang boses sa kaba at kahihiyan. "Nahuli niya tayo!"

Si Ian naman, nakatayo sa may pinto, nakataas ang kilay, at halatang nabigla rin—pero hindi umalis. "Ano ba, Paolo? Dito pa talaga? Boarding house 'to, hindi motel!" malakas niyang sabi, parang sinadya pang iparinig sa buong bahay.

"E ano ngayon?" balik ni Paolo, halatang inis. "Kung papasok ka, kumatok ka muna! Respeto, pare!"

Umiling lang si Ian, sabay lakad diretso papunta sa kusina. Binuksan ang fridge, kumuha ng malamig na tubig, at uminom na parang walang nakita. "Kung ganyan trip n'yo, sana sa ibang lugar. Nakakahiya kaya."

Si Clarice, lalo lang namula, pinipilit itago ang mukha. Hindi siya makapaniwala. "Nakita niya kami... Diyos ko, paano kung may makaalam?"

Pero hindi tumigil si Paolo. Nagpatuloy siya, parang wala lang, sabay sinulyapan si Ian. "Kung ayaw mo, lumabas ka. Wala kang pakialam."

Napatawa si Ian, malakas, parang nanunukso. "Sige, sige. Ituloy n'yo. Manonood na lang ako. Wala naman akong magagawa, eh." Sabi nito sabay upo sa sofa at pinanood ang dalawa.

Napakagat-labi si Clarice. Gusto niyang tumayo, pero parang wala siyang lakas. "Paolo, tama na," mahina niyang sabi. "Nakakahiya..."

Pero parang bingi si Paolo, nakatuon lang sa ginagawa. Kaya si Clarice, hindi alam kung maiiyak o magagalit sa sobrang hiya. Hindi niya maiwasan, paminsan-minsan napapatingin siya kay Ian, na ngayon ay nakaupo sa upuan, nakangiti at nakasandal habang nakatitig sa kanila. At nang magtama ang tingin nila, ngumiti ito pabalik—isang ngiting parang nanunukso.

Nanginginig si Clarice sa hiya, pero may kakaibang kilabot at kilig din siyang nararamdaman.

"Ano bang nangyayari sa'kin?"

Ilang minuto pa, at natapos ang sandali. Agad bumangon si Clarice, halos tumalon mula sa kama. Kinuha ang mga damit, nagmamadaling nagbihis, at umupo sa tabi ni Paolo, tinatakpan ang mukha gamit ang kanyang kamay. Para siyang batang nahuli ng magulang na gumagawa ng kalokohan.

Hinaplos ni Paolo ang balikat niya. "Huwag kang mahiya," bulong niya. "Wala 'yon."

Pero si Clarice, halos hindi makatingin kay Ian, na nakangisi pa rin habang umiinom ng tubig.

"Alam mo, Paolo," biglang sabi ni Ian, nakatingin sa kanilang dalawa, "swerte ka. Naiinggit ako, bro. Ikaw lang ang may kasayahan dito."

Natawa si Paolo, pero mayabang ang tono. "Alam mo bang virgin pa siya? Pero, sa likod ako dumaan."

"Ha?" gulat na sabi ni Ian, tinaasan si Clarice ng kilay. "Virgin pa siya? Tapos... sa likod? Astig!"

Napapikit si Clarice, halos gusto nang lumubog sa kahihiyan. "Paolo, huwag mong ikwento!"

Pero tumawa lang si Paolo. "Relax ka lang. Kaibigan ko naman si Ian. Matagal na kaming magkasama, tiwala ako sa kanya."

"Bro," seryosong sabi ni Ian, "gusto ko rin. Puwede bang ako naman?"

Nanlamig si Clarice sa narinig. Hindi niya magawang magsalita. Parang may bara ang lalamunan niya. Tumingin siya kay Paolo, umaasang tatanggihan nito.

Pero ngumiti lang si Paolo. "Ok lang sa akin pero depende kay Clarice. Kung okay sa kanya, wala akong problema."

Nagulat si Ian. "Talaga? Puwede? Sigurado ka?"

Tumango si Paolo. "Oo. Pero tanungin mo siya."

Dahan-dahang lumapit si Ian. Nakaupo siya ngayon sa tabi ni Clarice, ramdam niya ang init ng katawan nito. "Clarice..." tawag niya, malumanay pero may halong pananabik.

Hindi tumingin si Clarice, nakayuko lang, nanginginig ang kamay, nahihiya. Pero narinig niya si Paolo na bumulong: "Okay lang. Hindi mawawala ang virginity mo. Kaibigan ko si Ian."

Kinagat ni Clarice ang labi niya. Naiipit siya sa sitwasyon.

"Clarice," dagdag pa ni Paolo, Alam ko naman na type mo din siya kahit papaano."

Napalingon si Clarice kay Paolo, gulat. "Ano ka ba, Paolo!" bulong niya, halos pabulong.

Ngumiti lang si Paolo. "Totoo, di ba?"

Tahimik si Clarice. Hindi niya maamin, pero totoo nga. May mga pagkakataong napapatingin siya kay Ian. At ngayong narito ito, nakaupo sa tabi niya, nakatitig nang diretso sa mga mata niya.

"Kung ayaw mo, hindi kita pipilitin," biglang sabi ni Ian, seryoso ang boses. "Respetuhin ko desisyon mo. Pero kung okay ka... nandito lang ako."

Tahimik si Clarice. Tumingin siya kay Paolo, na nakangiti lang at parang sinasabi sa mata: "Ok lang Clarice. Relax."

Huminga nang malalim si Clarice. "Bahala ka, Paolo... desisyon mo na."

Ngumiti si Paolo, sabay tapik sa balikat ni Ian. "Sige. Ikaw naman."

Nagngiti si Ian, halatang tuwang-tuwa. Dahan-dahan niyang hinawakan ang kamay ni Clarice. "Salamat," bulong niya.

Napatigil si Clarice, nanginginig pa rin, pero hindi niya binawi ang kamay niya. At nang lumapit si Ian at hinalikan siya nang marahan, parang tumigil ang oras. Hindi niya alam kung paano tatanggapin ang nararamdaman niya—hiya, takot, pero may halong kakaibang kilig at pagnanasa.

Hindi na kailangan ng salita. Hinubaran ulit ni Ian si Clarice habang hinahalikan. Noong una ay nahihiya pa si Clarice dahil nakatingin si Paolo pero ng kinalauanan ay nagpaubaya ito at nakipaghalikan kay Ian.

Inihiga siya ni Ian at ibinuka ang mga hita para simsimin ang nectar sa bulaklak niya. Napaungol si Clarice at halos himatayin sa sarap.

Si Ian ang pangalawang lalaki na nakahalik sa kanya doon. Patuloy si Ian sa paghalik doon at maya-maya pa ay nakarating sa dulo si

Clarice. Hindi siya nag-orgasm kanina dahil naasiwa sa pagdating ni Ian.

Matapos labasan si Clarice ay pumuwesto si Ian sa likod niya para pumasok sa likod bahay. Ilang sandal pa ay parang hinete si Ian na nakikipagkarera. Hindi maintindihan ni Clarice ang sarili kung bakit tila nag-eenjoy siya habang pinapanood ni Paolo. Hindi namalayan ni Clarice na nilalaro niya na ang sarili at maya-maya pa ay sabay silang nakarating sa dulo ni Ian.

At nang matapos ang lahat, bumuhos ang luha ni Clarice. Tumagilid siya, tinakpan ang mukha, at napahikbi.

"Clarice, bakit ka umiiyak?" tanong ni Paolo, hinahaplos ang buhok niya.

"Hindi ko alam..." nanginginig ang boses niya. "Nahihiya ako. Para akong masama. Para akong—pokpok"

"Tahan na," putol ni Paolo. "Ok lang yun. Natural lang 'to. Huwag kang mag-guilty."

Pero si Clarice, ramdam niya ang bigat sa dibdib. Oo, may thrill. Oo, may kilig. Pero ngayon, parang nilamon siya ng konsensya. Bakit ko hinayaan? Bakit ako pumayag?

Si Ian naman, nakaupo sa gilid ng kama, nakayuko. "Pasensya na, Clarice," mahinang sabi niya. "Gusto ko lang din maranasan. Pero... salamat. Kahit papaano, naging totoo ako sa nararamdaman ko."

Hindi sumagot si Clarice. Tumulo na lang ang luha niya, tahimik.

Hinila siya ni Paolo palapit, pinasandal sa dibdib niya. "Clarice, huwag kang mahihiya. Ako na mismo ang nagsabi. Nasa tamang lugar ka. Nasa piling ka namin."

Pero kahit anong sabi ni Paolo, hindi mabura ang bigat sa loob ni Clarice. At habang nakatingin siya kay Ian, na nakabalik ang tingin at ngumiti nang malungkot, lalo lang siyang nalito.

KABANATA 08

ANG KASUNDUAN

MAKALIPAS ANG ILANG araw mula sa gabing iyon, parang walang nangyari kay Clarice. Maaga siyang pumasok sa klase, dala ang mabigat na bag at makapal na libro. Habang nakaupo siya sa upuan sa harap, pinilit niyang maging normal.

Ngumiti siya sa mga kaklase, nakipag-usap, nakitawa sa mga biro. Para bang wala siyang dalang sikreto, kahit sa loob-loob niya, puno pa rin ng alaala ang isip niya.

Isang hapon, habang naghihintay sila ng prof, biglang nagkaroon ng mainit na usapan ang ilang kaklase tungkol sa isang sensitibong paksa.

"Alam n'yo," sabi ni Rica, habang inaayos ang buhok, "para sa akin, ang sukatan ng virginity ay hymen. Kapag intact pa 'yon, virgin pa ang babae. Simple."

Tumango ang karamihan, ang ilan nagtaas ng kilay. Agad namang sumagot si Janine, nakahalukipkip at seryosong nakatingin. "Hindi ako sang-ayon diyan. Virginity is about innocence. Ibig sabihin, wala ka pang sexual experience. Kahit intact pa ang hymen mo, kung nakipag-intiman ka na sa lalaki, hindi ka na virgin."

"Eh paano kung hindi naman actual sex? Simulation lang." singit ng isa pa nilang kaklase.

Napabuntong-hininga si Janine. "Ang point ko, once na may sexual contact ka, once na lumampas na kayo sa limitasyon... hindi mo na puwedeng sabihing virgin ka pa."

Sumabat ulit si Rica, medyo malakas ang boses. "Pero nandito tayo sa Pilipinas, 'di ba? At dito, karamihan ng tao, ang paniniwala—ang sukatan ng purity ng babae ay kung intact pa ang hymen. Kaya kahit sabihin mong may nangyari na, kung buo pa, virgin pa rin ang tingin ng lipunan."

Nagkasagutan sila nang ilang minuto, palitan ng opinyon, halakhakan ng ilan, tahimik na pagkikinig ng iba. Hanggang sa sa huli, parehong natahimik ang dalawa.

"Okay fine," sabi ni Rica, natawa rin. "Siguro at the end of the day, hindi naman hymen o innocence ang pinakamahalaga. Ang importante, mahal ka ng lalaki. Na tanggap ka niya kahit ano pa ang nakaraan mo."

"Oo nga," sagot ni Janine, tumango. "Kasi kung love ka talaga, hindi isyu 'yon."

Tahimik lang si Clarice habang nakikinig. Hindi siya nakisali sa diskusyon, pero malalim ang iniisip niya.

Virgin pa ba ako? tanong niya sa sarili. Alam niyang intact pa ang hymen niya. Sobrang intact. Wala pang aktwal na nangyari na puwedeng sumira nito. Pero sa kabilang banda, hindi rin siya inosente. Alam niya kung ano ang nangyari kina Paolo at Ian. Alam niyang naranasan niya na ang mga bagay na hindi pa dapat para sa isang dalaga.

Kung susundin ang sinabi ni Janine... hindi na ako virgin. Kasi may experience na ako. Pero kung paniniwalaan ko ang sabi ni Rica—na ang hymen ang sukatan—virgin pa rin ako.

"Semi-virgin pala ako." Bulong ni Clarice sa sarili.

Napabuntong-hininga si Clarice. Sa loob-loob niya, ayaw niyang isipin na nawala na ang kanyang virginity. Dahil kung gano'n, mas lalo siyang magiguilty, mas lalo siyang matatakot sa iniisip ng iba.

Pero sa Pilipinas, karamihan ng tao, ang batayan nga ay hymen. At intact pa ang kanya. Kaya, sa kabila ng lahat ng naranasan, pinilit niyang paniwalaan ang sarili:

"Virgin pa rin ako." Muli niyang nasabi sa sarili.

At doon siya kumapit.

Lumipas ang ilang araw....

Sa loob ng kwarto ni Paolo, nagsimula na namang mabuo ang eksenang sila lang ang nakakaalam.

Matapos ang unang gabi na nahuli sila ni Ian, hindi na naging pareho ang lahat. May kasunduan silang tatlo. At bagaman kakaiba at delikado ang sitwasyong iyon, para bang walang makakapigil kay Paolo. At si Clarice—kahit pilit niyang itinatanggi—hindi niya rin mapigilan ang sariling damdamin.

"Ganito na lang," sabi ni Paolo isang hapon. "Kung gagawin natin 'to, dapat malinaw ang rules."

"Rules?" tanong ni Ian, nakangiti, hawak ang unan na parang batang walang pakialam. "Parang kontrata?"

"Oo," seryosong sagot ni Paolo. "Una, walang mangyayari na hindi alam ni Clarice. Pangalawa, bawal kayong dalawa lang. Dapat nandiyan ako. Gets?"

Tumango si Ian, nakangiti pa rin. "Walang problema."

Nagmulat ng mata si Clarice, nakatingin sa kisame. Nahihiya siyang magsalita, pero kailangan niyang iparinig. "Ayoko talaga ng kami lang ni Ian. Hindi ako komportable."

Hinawakan siya ni Paolo sa kamay. "Narinig mo, bro. Kailangan nandiyan ako."

Ngumiti si Ian, sabay taas ng dalawang kamay. "Sige. Promise. Hindi ko lalapitan si Clarice kung wala ka."

Lumipas ang mga araw at naging parte na ng kanilang routine ang lihim na kasunduan. Kapag may libreng oras, ginagawa ulit yun nila Clarice at Paolo. Minsan, si Ian at Clarice naman habang nanonood si Paolo.

Para kay Clarice, ang bawat enkwentro ay halo ng hiya at thrill. May kaba sa tuwing naroon si Ian at pinagmamasdan siya. May init na bumabalot kapag lumalapit ito, at kahit pilit niyang itinatanggi, alam niyang unti-unti siyang nahuhulog sa sitwasyong hindi niya akalaing papasukin.

Mas nagiging wild at eksperto si Clarice habang lumilipas ang mga araw.

Dumating ang araw na hindi niya inasahan.

Nakaupo sila sa kusina, si Clarice at si Ian, nagkukwentuhan lang. Si Paolo, nakahilig sa upuan, nakikinig pero halatang antok na antok.

"Alam n'yo," bigla niyang sabi, "baka puwede na rin kayong dalawa lang."

Natigilan si Clarice. "Ha? Anong ibig mong sabihin?"

Ngumiti si Paolo, kahit mapungay na ang mata. "Sabi ko noon, bawal. Pero iniisip ko... baka naman panahon na. Tiwala naman ako sa iyo Clarice at Ian, 'di ba?"

Nagkatinginan si Clarice at Ian. Si Ian, halatang nagulat pero may ngiti sa labi. "Sigurado ka, bro?"

Tumango si Paolo. "Oo. Pero isang kondisyon. Huwag mong babasagin ang virginity ni Clarice. Gets?"

Tumango si Ian, seryoso. "Oo, bro. Yun lang pala! Promise."

Si Clarice naman, hindi makapagsalita. Nanginginig ang kamay, nangingibabaw ang hiya, pero sa ilalim ng lahat ng iyon—may kakaibang thrill.

Ito na ba talaga? Kami lang ni Ian?

Kinabukasan......

Wala si Paolo sa boarding house. Tinawagan ni Ian si Clarice.

"Clarice, wala si Paolo pero nagpaalam na ako. Pwede ka ba?" Tanong ni Ian.

Nagulat si Clarice pero biglang na-excite.

"Ah...eh...sige." Simpleng sagot niya na medyo naginginig.

Makalipas ang ilang minuto.....

Abala ang mga lips ni Clarice sa kahabaan ni Ian. First time niya itong ginawa sa lalaki dahil nahihiya siya kay Paolo na ipakita ang "talent' niya kapag kaharap ito. Ngayon na wala si Paolo, mas nakaramdam ng excitement si Clarice at mas naging wild ng mga oras na iyon.

Lahat ng posisyon ay ginawa ng dalawa at enjoy na enjoy si Clarice. Simula ng buksan ni Paolo ang nakatagong init niya ay pakiramdam ni Clarice ay nagbago na siya.

Minsan ay nahihiya siya dahil kilala siya sa lugar nila na beauty queen, mahinhin, inosente at pure. But secretly, may nakatago siyang naughty side.

Ilang beses nakarating sa dulo si Clarice, bagay na ikinagulat in Ican.

"Grabe ka pala Clarice! Ang tindi mo! Tatlong beses at kulang pa!" Sabi ni Ian na gulat na gulat.

Ngayon lang nakita ni Ian kung gaano kaiinit si Clarice at hindi siya makapaniwala.

"Huwag kang maingay kay Paolo ha? Sekreto natin yun. Sa kanya kasi minsan hanggang dalawa lang ako." Ang sabi ni Clarice kay Ian habang nakayakap dito.

"Don't worry. Secret natin yun. Pero Clarice, ingatan mong virginity mo ha? Be sure na ibibigay mo sa tamang lalaki yan ha?" Paalala ni Ian sabay halik dito.

"Opo promise!" Sabi ni Clarice na nakangiti.

"Malapit na pala akong umalis papuntang abroad. For sure mami-miss kita." Sabi ni Ian habang nakatingin kay Clarice.

"Ingat ka lang dun." Simpleng sabi ni Clarice.

Niyakap siya ni Ian at pumikit. Halatang pagod. Maya-maya, nagsalita si Clarice.

"Ian...gusto ko pa. Please...." Nahihiyang sabi ni Clarice.

Tiningnan siya ni Ian at napangiti.

"Sa susunod talaga kailangan magtulong ng kami ni Paolo sa iyo.' Ngiti ni Ian sabay halik kay Clarice.

KABANATA 09

DEADLY BEAUTY

M*akalipas ang dalawang araw...*

"Clarice, pupunta tayo sa La Mesa Ecopark sa Quezon City para makita yung lugar na gusto ng nanay mo para sa bagong resto natin. Tawagan mo si Paolo, para may kasama tayong lalaki," sabi ni Tatay habang inaayos ang gamit.

"Opo, Tay!" sagot ni Clarice.

Agad niyang tinawagan si Paolo at sinabi ang plano. Wala nang tanong-tanong, pumayag agad si Paolo. Napangiti si Clarice matapos ang tawag.

"Paolo, sorry ka ngayon ha, di mo ako makukuha. Makakapahinga ako buong araw!" bulong niya sa sarili habang natatawa.

Ilang sandali lang, dumating na si Paolo. Sumakay na sila agad at bumiyahe papuntang La Mesa EcoPark. Pagdating nila doon, medyo nadismaya ang mag-asawa.

"Sayang, dati ang ganda nitong EcoPark. Ngayon parang napabayaan na," sabi ng nanay ni Clarice.

"Paolo, Clarice, maglakad-lakad muna kayo. Kami ng nanay mo kakausapin yung management. Huwag lang kayo lalayo," bilin ni Tatay Karding.

"Opo, Mr. Karding. Malapit lang kami, madilim na rin kasi," sagot ni Paolo sabay hawak sa kamay ni Clarice.

Hapon na, halos wala nang tao sa park maliban sa mga maintenance at guard. Skirt ang suot ni Clarice kaya kita agad ang mapuputi niyang binti, na hindi maitago sa tingin ni Paolo.

Habang naglalakad, napadpad sila sa medyo liblib at madilim na bahagi ng parke. Nagpalibot ng tingin si Paolo, at nung nakitang walang tao, niyakap agad niya si Clarice mula sa likod.

"Anong ginagawa mo, Paolo! Baka may makakita!" saway ni Clarice habang hinalikan siya nito sa leeg at hinahaplos ang dibdib.

"Wala namang tao dito. At saka, ang sarap ng simoy ng hangin—perfect para sa romantic vibes," sagot ni Paolo, tuloy lang sa ginagawa.

Totoo, romantic nga ang ambience. Unti-unting nadala si Clarice. Kinain siya ng thrill, kaya hindi na rin niya napigilan ang sarili.

"Paolo, bilisan mo lang... baka may dumating!" bulong niya habang tinatanggal na ni Paolo ang panty niya.

Pagkahubad, agad pumwesto si Paolo sa likuran at pinasok ang likod na pintuan. Tinanggap siya ni Clarice nang walang hirap.

Ilang saglit lang, bumabayo na si Paolo habang si Clarice naman, abala sa paglalaro sa sarili niyang perlas. Pero hindi nila alam, may mga matang nakamasid sa kanila.

Maya-maya, nilabasan na si Paolo, pero si Clarice naiwan na bitin. Gusto sana niyang sabihin, pero nahiya siya. Baka asarin lang ulit siya ni Paolo bilang "nympho."

At biglang—

"Hoy! Bawal 'yan dito! Sumama kayo sakin!" sigaw ng isang matabang guard sabay lapit, nakangisi ng parang demonyo.

Pareho silang napatigil, gulat na gulat. Natakot silang pareho.

"Diego, sorry po! Wag nyo kaming ipapulis!" pakiusap ni Paolo.

"Hindi ganun kasimple yan. Pwedeng kulong kayo dito," seryosong sagot ng guard.

"Diego, may pera ako. Bibigyan kita, wag lang po," dasal ni Paolo.

Samantala...

"Nasaan na kaya yung dalawa? Di ko rin alam gamitin itong cellphone, di natin makita design ng resto," reklamo ni Tatay Karding.

"Baka napalayo lang sila," sagot ng nanay ni Clarice.

"Sa tingin mo, may something kaya sila?" tanong ni Tatay.

"Ewan. Di ko naman nakikita kakaiba kay Clarice," sagot ng nanay.

Nagpatuloy lang sila sa meeting nila sa management ng EcoPark.

Sa kabilang dako...

Nakatalikod si Clarice habang marahas siyang inaangkin ng matabang guard. Dahil nauna nang dinaanan ni Paolo ang backdoor niya, madali na lang pumasok ang bagong bisita.

Pumayag ang demonyong guwardiya na sa pintuan sa likod siya dumaan.

Napaluha si Clarice, puno ng awa sa sarili.

Ginagahasa ba talaga ako? O pinayagan ko lang?

Hindi man niya gusto, pero dahil naiwan siyang bitin kanina, may kakaibang sensasyong nararamdaman pa rin siya. Lalong napasama ang pakiramdam niya—galit, hiya, sarap na ayaw niyang maramdaman.

Tahimik siyang umiyak habang tuloy ang lalaki. Hindi alam ng dalawa, malapit na siyang labasan. Pinipigil lang niya ang ungol, nakapikit at nakapikit, hanggang sa tuluyan siyang sumabog.

Tumulo sa hita niya ang katas, buti na lang at madilim kaya hindi nakita ni Paolo. Ilang sandali pa, nilabasan din ang guard at mabilis na nag-ayos.

"Puta ka! Ang init mo! Lumayas na kayo!" sigaw ng guard.

Umiiyak si Clarice, lalo na't naalala niyang kanina, pinasubo rin sa kanya ang sundalo ng guard at hinalikan pa ang bulaklak niya bago siya gahasain. Kinamuhian niya lalo ang sarili dahil nilabasan siya. Buti na lang, intact pa ang hymen niya.

Agad silang tumakbo ni Paolo palayo, iniwan pa ni Clarice ang panty niya na naiwan nakasabit sa sanga ng puno.

Pabalik sa guard house, nakangisi pa ang guard—pero bigla siyang sumakit ang dibdib. Hingal na hingal, napaupo sa lupa hanggang tuluyang mawalan ng malay. Inatake sa puso. Patay.

Samantala, mabilis na bumalik sina Paolo at Clarice sa kotse.

"Paolo, ang dumi-dumi ko na! May ibang lalaki bukod sa inyo ni Ian ang tumikim sa akin!" iyak ni Clarice.

"Huwag kang umiyak, Clarice. Ang mahalaga, virgin ka pa rin. At promise, walang makakaalam nito," hawak ni Paolo sa kamay niya, ramdam ang awa.

Ilang minuto silang nagkulong sa kotse hanggang kumalma si Clarice. Bigla niyang naalala—

"Paolo... nasaan yung panty ko?" nahihiya niyang tanong.

"Shit! Naiwan ko nakasabit sa puno! Di na natin pwede balikan, baka mahuli pa tayo," sagot ni Paolo, sabay tingin sa hita ni Clarice kung saan naiwan ang bakas ng kaligayahan niya.

Tinakpan agad ni Clarice ang binti niya, namula sa hiya.

Paglabas nila ng kotse, nakita nilang may dinadala sa stretcher—yung guard na nang-abuso kay Clarice.

"Bakit po?" tanong ni Paolo.

"Nakita siyang nakahandusay, walang malay. Atake sa puso daw. Wala nang pulso nung dumating responders. Patay na," sagot ng isang park crew.

Nagkatinginan sina Clarice at Paolo, sabay ngiti nang palihim.

"Grabe, Clarice. Deadly ang ganda mo," biro ni Paolo.

Isang kurot lang sa tagiliran ang naging sagot ni Clarice. Sa isang iglap, nawala ang bigat ng loob niya.

KABANATA 10

LUCKY GIRL

Makaraan ang tatlong araw, unti-unting nawala kay Clarice ang trauma sa nangyari. Ang tanging ipinagpapasalamat lang niya ay buo pa rin siya—hindi pa rin nasisira ang simbolo ng pagkababae.

Pero isang tanong ang gumugulo sa isip niya:

Bakit kaya wala akong naramdaman kahit kaunting guilt nung namatay yung guard na umabuso sakin? May killer instinct ba ako?

Napangisi siya nang lihim habang inaalala ang pagkamatay ng lalaki.

"Buti nga sa'yo! Mabulok ka sa impyerno!" bulong niya sa sarili.

Kinaumagahan...

Nakaluhod si Clarice sa harap ni Paolo, abala ang labi niya sa pag-alaga sa kabuuan nito. Walang tinirang patak—buong puso niyang tinanggap lahat.

Nutritious daw ang protina, di ba? naisip niya habang nakangiti.

Nasanay na si Clarice tanggapin ang pinakakawalan ni Paolo. Pati si Ian, wala rin siyang sinasayang na patak, Masustansiya yun, naisip niya.

Sanay na sanay na ang mga labi niya simula nang matutunan niya kung papaano gamitin yun para paligayahin ang isang lalaki. Bukod sa nasanay na siya ay talagang nasasabik siyang gawin sa dalawa ang talent niya.

Hindi rin nila sinabi ni Paolo kay Ian ang nangyari sa Ecopark noong araw na iyon.

Akala niya tapos na si Paolo, pero bigla ulit itong bumangon, parang walang kapaguran. Muli na namang umatake ang sundalo niya—sa likod na pintuan naman.

Napaisip si Clarice, Bakit kaya ang lakas ng stamina niya nitong mga nakaraang araw? Parang hindi normal. Ang bilis pa niyang makabawi kahit ilang beses na siyang nilalabasan.

Buti na lang sa backdoor ang target, kasi kung sa harap, baka sobrang hapdi na. Paulit-ulit silang nagpalit ng posisyon hanggang namaga ang likod ni Clarice.

Pagkatapos ng "tutorial" ni Paolo, pareho silang nakahiga, hubad, sa loob ng motel. Sanay na si Clarice sa laro nila—kung anu-anong posisyon gamit ang backdoor niya.

"Bukas, itutuloy natin para di ka makalimot," nakangising sabi ni Paolo.

Di agad nakasagot si Clarice. Gusto niyang tumanggi, pero alam niyang hahanap-hanapin din niya. Nitong mga nakaaraang mga araw, natutunan na ni Clarice na mag-reserve ng init at lakas niya at hindi inuubos kay Paolo. Nagre-reserve siya...just in case.

"O-okay. Sabihin ko na lang kay Papa na late akong makakauwi bukas," mahina niyang sagot habang nag-aayos ng gamit.

"Ingat ka, Clarice. Kita tayo bukas," wika ni Paolo, bago ito lumakad palayo ng boarding house.

Bago pa man makalakad si Clarice palabas ng boarding house ni Paolo ay biglang nag-vibrate ang cellphone niya. Nang tingnan niya ang screen, si Ian. Saglit siyang nag-atubili bago sinagot ang tawag.

"Hello?" mahina niyang sabi.

"Clarice," mabilis na tugon ni Ian, diretso at walang paligoy, "tapos na ba kayo ni Paolo?"

Napalunok siya. "Oo... bakit?"

"Bumalik ka sa boarding house. Nandiyan ako in a few minutes," ang malamig ngunit mariing bilin ng lalaki.

Hindi na kailangan ng karagdagang salita. Sa tono pa lang, alam na ni Clarice kung ano ang ibig nitong ipahiwatig. At kahit na katatapos lang nila ni Paolo kanina, hindi pa rin tuluyang humupa ang init na iniwan noon sa kanyang katawan. Para bang nakabitin siya, at ang tawag ni Ian ay nagpasiklab muli ng apoy na pilit niyang pinapatay.

Diretso siyang pumasok sa kwarto. Nagtanggal siya ng damit at naupo siya sa gilid ng kama, nanginginig ang mga daliri, hindi dahil sa takot kundi sa anticipation.

Nang tumingin siya sa salamin, namula ang kanyang pisngi. Pinagmasdan niya ang sarili, at sa bawat segundo ng paghihintay, lalo niyang nararamdaman ang tibok ng dibdib na sumasabay sa init na umaakyat sa kanyang balat.

Hindi nagtagal, narinig niya ang yabag ng sapatos sa pasilyo. Kumabog ang dibdib niya. Bumukas ang pinto, at pumasok si Ian.

Sa sandaling magkatagpo ang kanilang mga mata, wala nang salitang kailangan. Lumapit si Ian, hinawakan siya sa braso, at mabilis na naglapit ang kanilang mga labi. Mainit, mapusok, walang pakundangan.

Naramdaman niya ang bigat ng katawan ng lalaki habang unti-unting dumidiin sa kanya. Ang bawat halik, bawat haplos, ay parang apoy na bumabalot sa kanya. Napapikit siya, napakapit, at sa bawat sandali ay pakiramdam niya ay unti-unti siyang nawawala sa sarili.

Muling naulit ang mainit na tagpo na kanina lang ay ginawa niya kay Paolo. This time ay mas mainit. Nasanay na ang mga labi niya na tanggapin ang lakas ng dalawang lalaki na walang itinitirang patak. Dati ay naduduwal siya pero ngayon ay sanay na sanay na ang mga labi niya na paligayahin ang dalawang lalaki na nagpapaligaya sa kanya.

Naging maingat si Clarice simula nang matutunan niya ang makamundong laro na natutunan niya. Walang nakakaalam sa mga kaibigan niya, lalo na ang mga magulang niya na ang tutorial niya kay

Paolo ay nauuwi sa ibang tutorial. Pinagbubuti niya ang pag-aaral para hindi makahalata ang mga magulang niya.

Ang pintuan niya sa likod ay sanay na sanay nang tumanggap ng bisita doon. Pakiramdam niya nga ay may pangalawa siyang clitoris sa likod bahay dahil talagang nag-eenjoy siya ng todo tuwing pinapasok siya doon.

Si Ian naman ay kabisado na kung papaano paligayahin si Clarice. Gusto niyang pasukin sa harapan si Clarice pero nangako siyang iingatan nag pagkabirhen nito. Minsan ay nag-request siya kay Clarice na ikukuskos niya lang sa bukana pero tumanggi si Clarice.

Kahit si Paolo ay hindi niya pinayagang ikuskos ang ari sa hiyas niya. Ang usapan nila ay gawin ang lath ng gusto nila sa kanya basta huwag lang siyang pasukin

Pagkatapos ng round 1, muling sumiklab ang init. Niyakap siyang muli ni Ian, mas marahas, mas matindi, na para bang iyon na ang huli nilang pagkakataon. Hindi siya nakapagsalita, wala siyang nagawa kundi ang tanggapin ang bawat bugso ng damdamin.

Nang muli silang matapos, nakahiga silang dalawa, parehong habol-hininga, pawisan at pagod. Ngunit sa gitna ng katahimikan, may biglang sinabi si Ian na nagpayanig kay Clarice.

"Clarice," basag ang tinig ni Ian, "aalis ako. Sa makalawa, lilipad na ako abroad."

Napalingon siya, nanlalaki ang mga mata. "Ha? Bakit ngayon mo lang sinabi?"

"Akala ko next month pa," mahinahong sagot ng lalaki. "Tuloy na pala."

Parang may sumabog na bula sa dibdib ni Clarice. Tahimik siya, nakatitig lang sa kisame, habang unti-unting sumasagi sa isip niya ang mga susunod na araw.

"Hindi dahil mahal ko siya" bulong niya sa sarili, *"kundi dahil mawawala ang isang bagay na naging lihim kong kasiyahan... ang init, ang thrill, ang pakiramdam ng pagiging buhay sa piling niya."*

Hindi niya mamimiss si Ian bilang kasintahan, dahil hindi naman iyon ang mayroon sila. Ang mamimiss niya ay ang mga sandaling tulad nito, mga gabing puno ng init at lihim, mga oras na nakakatakas siya sa mundo.

KABANATA 11

Kinabukasan, maaga pa lang ay naroon na si Clarice sa klase. Habang nakatingin siya sa pisara, tila hindi niya marinig ang mga sinasabi ng guro. Ang isip niya ay nasa mga nangyari kagabi—lalo na ang bagong karanasang hindi niya lubos akalaing mararanasan niya.

Maya-maya, si Izza ay umupo sa tabi niya. "Clarice, alam mo ba? Aalis na raw bukas si Ian, pupunta na abroad."

Napaangat si Clarice ng kilay, pinilit gawing normal ang reaksyon. "Ah, ganon ba? Ang bilis naman."

"Sayang," malalim ang buntong-hininga ni Izza. "Crush ko pa naman siya. Pero parang ang hirap lapitan, parang may tinatago. Ikaw, close ka ba sa kanya? Diba kaibigan siya ni Paolo?"

Umiling si Clarice, pilit na ngumiti. "Hindi naman. Ilang beses ko lang siya nakita. Hindi rin kami nakapag-usap."

Tumango si Izza, at nagbuntong-hininga ulit. "Akala ko matutulungan mo ko na makilala siya kahit konti."

Napayuko si Clarice. Siya lang pala ang tunay na may hawak ng lihim. Siya lang ang nakakaalam ng tunay na relasyon na meron siya kina Paolo at Ian—isang lihim na hindi kailanman dapat mabunyag.

Pagkatapos ng klase, nag-vibrate ang cellphone niya.

Paolo: *"Clarice, it's time for our tutorial."*

Napapikit si Clarice. Alam niya agad kung ano ang ibig sabihin niyon. Agad siyang nagtext sa nanay: *"Ma, pupunta lang ako sa boarding house ni Paolo, magpapaturo ng lesson."* At gaya ng dati, natakpan ng inosenteng salita ang katotohanan.

Pagdating ni Clarice sa boarding house, nadatnan niya sina Paolo at Ian, pareho pang may hawak na bote ng beer.

"Clarice!" bati ni Paolo, sabay ngisi. "Kanina ka pa namin hinihintay."

Huminga siya nang malalim, dahan-dahan niyang hinubad ang suot, hanggang sa tuluyang wala nang natira. Ramdam niya ang init ng titig ng dalawang lalaki.

Lumapit si Paolo at niyakap siya mula sa likod, habang si Ian ay nakatayo sa harap niya. Para siyang napagitnaan ng dalawang apoy, sabay na humahaplos, sabay na nagpapainit sa kanya.

Nadala siya ng mga halik, ng mga haplos, ng bigat ng mga katawan. Sabay na nagpakalunod ang dalawang lalaki sa magkabilang rosas na nipples ni Clarice habang ang mga daliri ng dalawang lalaki ay halinhinan sa paghimas sa basang lagusan ni Clarice.

First time ni Clarice na maranasan na dalawang lalaki ang nagpapaligaya sa kanya. Halos mabaliw siya sa sensasyon. Salitan din ang dalawa sa likod na pintuan na nagpadeliryo sa kanya.

Standing position ang dalawang lalaki habang buhat-buhat nila si Clarice na nakabukaka ang mga hita. Nasa likod si Paolo sa likod na pintuan niya hawak ang mga hita habang si Clarice ay nakayakap kay Ian na nasa harapan niya habang ikinukuskos ang alaga sa hiyas niya.

First time nilang gawin ito kaya thrilled masyado si Clarice sa pagkuskos ni Ian. Ngayon lang may sandata na nakakuskos sa hiyas niya.

Hanggang sa maramdaman niya ang tangkang pagpasok—ang pagtatangkang buksan ang pintuan na hanggang ngayon ay nakasara pa rin.

"Huwag! Ayaw ko!" Sabi ni Clarice.

Natakot si Clarice pero nandoon ang sensasyon. Iniisip niya kung ano kaya ang pakiramdam na dalawa ang nakapasok sa kanya.

Biglang nakaramdam ng kahihiyan si Clarice sa naiisip. Sinong matinong babae ang papayag na mapasok siya ng sabay? At hindi niya boyfriend. Hindi niya rin mahal. Crush lang.

Si Paolo, nakakunot ang noo, bahagyang napangiti. Si Ian, bagama't mainit ang titig, ay umatras ng kaunti.

Ramdam ni Clarice ang bigat ng init, ang bugso ng damdamin, ngunit kasabay niyon ay ang katiyakan na hindi pa rin siya tuluyang bumigay. Ang pintuan ay nanatiling buo—hindi nabuksan, hindi nadungisan.

Ngunit hindi ibig sabihin ay natapos na ang lahat.

Nagpatuloy pa rin sila, sa ibang paraan, sa mga halik, sa mga haplos, sa iba pang daan ng kasiyahan. Dalawang pares ng kamay, dalawang bibig, dalawang presensya—sabay na bumabalot sa kanya.

At sa gitna ng lahat, maraming ulit siyang napaungol, napahigpit ng yakap, napahabol ng hininga. Hindi niya mabilang kung ilang beses siyang narating sa sukdulan ng init, kahit nanatiling sarado ang pintuan.

Pagod na pagod si Clarice, nakabalot ng kumot, habol-hininga, nanginginig.

Pagmulat ng mga mata ni Clarice, mag-4pm na at ramdam pa rin niya ang bigat sa katawan. Nakabalot siya ng kumot, nakahiga sa kama ng boarding house, habang si Paolo ay nakahiga sa tabi at si Ian ay nakaupo, hawak ang cellphone na tila may inaayos.

Tahimik ang buong kwarto, tanging tunog lang ng malalim na paghinga at kaluskos ng kumot ang maririnig.

"Diyos ko... ano ba ang ginawa ko?" bulong niya sa sarili. *"Dalawa silang lalaki... sabay. Paano pa 'ko titingin sa salamin? Hindi ba ako karapat-dapat tawaging matinong babae kung ganyan ang pinayagan ko?"*

Napapikit siya, parang gusto niyang burahin ang nangyari.

Tumayo si Ian, nag-ayos ng polo, at tumingin kay Clarice. Hindi niya mabasa ang titig nito—hindi malamig, pero hindi rin mainit. May halong lambing na may bahid ng pamamaalam.

"Clarice," sabi ni Ian, medyo mababa ang boses. "Salamat. Hindi ko 'to makakalimutan. Dalhin ko 'to kahit saan ako makarating."

Napakagat si Clarice ng labi. Hindi siya makatingin nang diretso. Tumango lang siya, pilit na ngumiti, pero sa loob niya ay sumisigaw ang hiya.

Ilang minuto pa, nagpasya si Clarice na umuwi. Nagbihis siya nang tahimik, halos hindi makatingin kina Paolo at Ian.

Si Paolo, gaya ng dati, ay parang walang mabigat na iniisip. "Ingat, Clarice," sabi niya, sabay akbay sandali bago siya palabasin ng pinto.

Ngumiti siya nang pilit, pero hindi niya alam kung dapat ba siyang kumapit sa mga salitang iyon o mas lalo pang matakot.

Samantalang si Ian ay nagdala ng maliit na bag, mga gamit papunta sa airport. Paglabas ng boarding house, tinawag niya ang taxi na dadaan. Nakatingin lang si Clarice habang sumakay si Ian. Bago tuluyang sumara ang pinto ng taxi, ngumiti ito sa kanya at kumaway.

"See you, Clarice. Hindi ko 'to makakalimutan."

Hindi siya sumagot, nakatayo lang, pinapanood ang unti-unting paglayo ng taxi hanggang sa mawala na ito sa kanto.

Pag-uwi ni Clarice sa bahay nila, dire-diretso siyang dumiretso sa kwarto. Nahiga siya sa kama, nakatitig sa kisame, hindi makatulog.

"Ano ba 'tong nangyayari sa akin? Bakit ko sila pinayagan na magsabay? Bakit habang tumatagal nagiging wild ako? Nymphomaniac na ba ako? Easy girl na ba ako? Wala ngang nakakaalam pero bakit nagui-guilty ako?" Tanong ni Clarice sa sarili.

Napahawak siya sa dibdib, mariing ipinikit ang mga mata. Ang hiya ay parang tinik na nakabaon sa kanyang puso. Para siyang naligaw, hindi alam kung saan lulugar.

"Basta, birhen pa rin ako," bulong niya sa sarili, naalala ang mga sinabi ng kaklase tungkol sa virginity. "Intact pa rin... buo pa rin. Pero ang isip at katawan ko, alam kong hindi na inosente."

Napapikit siya, at sa huli, tanging luha ang sumagot.

KABANATA 12

DARK DAY

Kinabukasan, sa bahay ni Clarice...

Nag-eeksperimento sina Clarice at nanay niya ng bagong putahe nang biglang dumating si Jen na hingal na hingal galing labas.

"Clarice! Nasusunog 'yung resto n'yo! Bilis, dali!" sigaw niya, halos wala na sa sarili.

Nagulat at nataranta sina Clarice at nanay niya. Agad silang tumakbo papunta sa kanilang restaurant. Pagdating nila, bumungad ang malakas na apoy na sumusunog sa buong lugar.

"Papa! Lumabas ka na!" iyak ni Clarice habang halos madurog ang dibdib niya sa nakita.

Pinigilan sila ng mga pulis at bumbero. Delikado raw dahil sobrang laki ng apoy, baka madamay pa sila. Wala silang nagawa kundi panoorin kung pa'no unti-unting nilalamon ng apoy ang pinaghirapan nilang resto.

Pagkatapos mapatay ang apoy, inilabas ng mga bumbero ang limang bangkay na halos hindi na makilala.

"Papa!!!" sigaw ni Clarice nang makumpirmang isa sa mga nasawi ay ang tatay niya. Kasabay noon, hinimatay ang nanay niya.

"Paolo! Anak ko! Si Paolo patay na!" hagulgol ng nanay ni Paolo.

Nag-iyakan ang buong lugar. Kilala ng lahat si Mang Karding bilang mabuting tao, kaya galit na galit sila nang malaman na mga tulak ng droga ang may kagagawan ng sunog.

"Papa! Huwag mo kaming iiwan! Mama, wala na si Papa!" iyak ni Clarice habang niyayakap siya ng mga kaibigan.

Kasama rin sa namatay ang dalawang miyembro ng sindikato at ang tatay ng kaibigan ni Jen. Nahuli rin ang tatlo pang miyembro ng grupong nagsimula ng sunog.

Nang tumigil na ang apoy, ang naiwan na lang sa resto ay mga pader at poste. Dahan-dahang isinakay ang mga bangkay sa kariton ng punerarya.

Si Nanay naman, dinala ng mga kamag-anak sa ospital. Naiwan si Clarice, kasama si Jen at iba pa nilang tropa para samahan siya sa punerarya.

Pagkatapos maasikaso ang katawan ng tatay niya, dinala sila ng pulis sa presinto para sa imbestigasyon. Doon nalaman ni Clarice na may nagtapon ng IED na naging dahilan ng apoy.

"Mga hayop sila! Peste sila sa lipunan! Dapat sa kanila mamatay!" galit na galit si Clarice habang umiiyak.

Tinuloy ng mga kaibigan ang pag-comfort sa kanya. Kawawa si Clarice, maganda at mabait, pero biglang sinubok ng napakabigat na trahedya.

Gabi na nang mailagay sa kabaong ang tatay niya. Kaya dumiretso si Clarice sa ospital para bisitahin ang nanay niya. Pagdating niya, nalaman niyang nasa ICU ito—inatake sa puso. Hindi alam ni Clarice na may sakit pala sa puso ang mama niya.

"Clarice, tibayan mo lang. Malalagpasan n'yo rin 'to," sabi ng tiyahin niya.

Hindi napigilan ni Clarice ang pag-iyak. Sa isang araw lang, pumanaw ang tatay niya, inatake ang nanay niya, nasunog ang negosyo nila, at may hinuhulugan pa silang bahay sa bangko.

Dagdag pa, hirap din ang mga kamag-anak nila sa pera dahil mga simpleng manggagawa lang. Kaya ngayon, iniisip ni Clarice kung pa'no na silang mag-ina makakabangon.

Lumipas ang gabi na walang tigil ang pag-iyak ni Clarice, hindi niya alam kung saan magsisimula.

Kinabukasan...

"Brianna!" iyak ni Clarice nang makita ang kaibigang dumalaw.

"Clarice! Pareho tayong nawalan ng mahal sa buhay!" iyak din ni Brianna habang yakap si Clarice.

"Hindi ko na alam ang gagawin ko! Wala na kaming pagkakakitaan! Nasunog na ang resto! Pa'no na kami ni Mama?" hagulgol ni Clarice.

"Alam kong sobrang hirap niyan, Clarice. Pero kailangan mong tumatag! Hindi patas ang mundo, oo. Pero ngayon hindi ka na puwedeng maging mahina! Kailangan mong lumaban!" sagot ni Brianna, umiiyak din.

"Hindi ko alam kung anong kinabukasan ang naghihintay sa akin..." mahinang sagot ni Clarice.

Ni-yakap siya ni Brianna ng mahigpit bago tumitig sa mata niya.

"Clarice, may nalaman ako tungkol kay Paolo... Gumagamit pala siya ng party drugs. Pleasure X ang tawag. Ang supplier niya? Ang Saturno Drug Syndicate. Mga demonyo sila!" halos hindi makapaniwala si Brianna.

Nang marinig ni Clarice ang pangalan ng grupong iyon, nangako siya sa sarili na balang araw, maghihiganti siya.

"Clarice, pagkatapos ng libing ni Paolo, lilipad na kami papuntang Canada. Alam kong gipit ka, kaya ang kaya ko lang maitulong ay i-refer ka sa kaibigan kong may resto. Puwede ka raw maging cashier o waitress para matustusan mo si Mama. May naipon din ako, eto..." sabay abot ng sobre na may pera at calling card.

Pagkaalis ni Brianna, nilapitan si Clarice ng doktor. Doon niya nalaman na kailangan ng nanay niya ng agarang operasyon. Halos isang milyon ang halaga.

Para siyang binagsakan ng langit at lupa. Hindi niya alam kung saan kukuha ng ganoon kalaking pera. Bigla niyang naalala ang usapan ng tatay niya kay Roque, kaya ginamit niya ang cellphone ng ama para tawagan ito.

Pagka-ring ng ilang beses, sumagot ang kabilang linya.

"Hello, Karding! Kumusta na 'yung recipe ng misis mo?" masayang tanong ni Roque.

"Sir Roque... ako si Clarice, anak ni Karding. Wala na po si Papa... namatay siya sa sunog!" hagulgol ni Clarice habang nagkukwento.

"Pasensya ka na, hija. Naiintindihan ko ang pinagdadaanan mo. Pero malinaw, babayaran ko lang si Karding kapag nakuha ko na ang recipe," malamig na sagot ni Roque.

"Sir, pakiusap po! Kailangan ng nanay ko ng operasyon! Mangangako po ako na ibibigay namin ang recipe basta gumaling lang siya!" pagsusumamo ni Clarice.

"Hindi puwede. Ganito na lang—pautangin kita ng pera, pero kapalit, magiging akin ka ngayong gabi."

Parang binuhusan ng malamig na tubig si Clarice. Sa gitna ng lahat ng paghihirap niya, ito pa ang maririnig niya. Hindi niya kayang ibigay ang sarili niya sa hindi niya asawa, pero... nakasalalay ang buhay ng nanay niya.

Matagal siyang natahimik, naisip niya ang sinabi ng doctor na matibay ang hymen niya. Baka hindi rin magtagumpay si Roque. Hanggang sa napilitan siyang pumayag.

"Magandang desisyon 'yan. Ipapadala ko ang driver ko dala ang pera. Pagkatapos mo bayaran ang ospital, ihahatid ka niya sa rest house ko," sabi ni Roque, nakangisi.

Pagkababa ng tawag, napaiyak si Clarice. Handang isakripisyo ang puri niya para lang mabuhay ang nanay niya.

Hindi lang pagkawala ng pagkabirhen ang ikinakatakot niya. Ayon sa doctor, matinding sakit ang mararanasan niya kapag pinilit na basagin ang pagkabirhen niya ng biglaan. Pwede siyang maospital. Pero handa na siyang mawala ang pagkabirhen, mailigtas lang ang ina.

Makalipas ang isang oras, dumating ang matandang driver dala ang bag na may milyon. Dali-dali itong binayad ni Clarice sa nurse station. Na-schedule agad ang angioplasty ng nanay niya.

Ngayon, oras na ng kapalit. Malungkot na sumama si Clarice sa driver papunta sa rest house sa malayong parte ng Bulacan. Pagdating nila, sinalubong siya ni Roque.

"Magaling! Panindigan mo ang usapan. Maligo lang ako, hintayin mo ako sa kwarto."

Kumulo ang dugo ng matandang driver. Alam niyang mali ang ginagawa ng amo niya. Naawa siya kay Clarice—namatayan na ng ama, nasa ospital ang ina, tapos ganito pa. Nilapitan niya si Clarice para bulungan.

"Anak, gusto kitang tulungan. Matanda na ako, hindi na ako makakalaban. Pero gawin mo 'to para makatakas ka: kagatin mo ang dila niya hanggang maputol, sabay tusok ng mga mata gamit ang hinlalaki mo. Mabubulag siya at hindi ka niya mahahabol." Sabi nito matapos turuan ng technique.

Nagliwanag ang mukha ni Clarice. Kahit tumulong si Roque sa gastos, kapalit naman ang dangal niya. Hindi siya papayag. Hindi siya tumutulong. Nagsasamantala siya.

Paglabas ni Roque mula banyo, agad siyang yumakap kay Clarice, sabik na sabik. Pilit na ngumiti si Clarice, hinaplos ang mukha ng lalaki para makakuha ng tiwala.

"Hubarin mo lahat," utos ni Roque.

Kinagat niya ang labi niya. Wala siyang laban, mas malakas si Roque. Dahan-dahan niyang hinubad ang lahat ng damit hanggang wala na siyang saplot. Pinilit niyang pigilan ang luha.

"Humiga ka at ibuka mo," utos ni Roque, puno ng kalaswaan.

Sumunod si Clarice, nanginginig, pigil ang luha. Akala niya agad siyang pasukin, pero laking gulat niya nang simulan siyang dilaan ni Roque. Magaling ito, mas mahusay pa kaysa kay Paolo.

Tinatamaan niya ang G spot ni Clarice. Pinaglabanan niya ang nararamdaman at pinilit niyang hindi madala. Ilang minuto rin nagpakasawa ang lalaki sa hiyas niya. Pinipilit ipasok ang dila pero may nakaharang, matibay.

Pinatuwad siya ni Roque. Inihanda na ni Clarice ang sarili na mawawala ang pagkabirhen niya nang mga oras na iyon at wala siyang tsansa ma magawa ang plano dahil titirahin siya nito nang patalikod.

Pero laking gulat niya nang maramdaman na nilagyan ni ruque ng baby oil ang pintuan niya sa likod. Alam na niya ang mangyayari. Nakahinga siya ng maluwag.

Nakapasok si Roque ng walang kahirap-hirap sa pintuan niya sa likod na ikinagulat nito dahil hindi man lang nag-react si Clarice. Parang bale-wala lang.

"Mukhang pinaghandaan mo ako ah." Nakangising sabi nito at sinimulan ang matinding pagbayo.

Naiyak si Clarice sa katotohanan na apat na lalaki na ang nakapasok sa likuran niya. Away nya man aminin, birhen nga siya pero marami ng karanasan. Kung kay Paolo at Ian ay nag-eenjoy siya, pakiramdam niya sa oras na ito ay binababoy siya.

Makaraan ang ilang sandal ay pinahiga siy ni Roque at ibinuka ang mga hita niya. Hinalikan muli ang hiyas niya at tsaka pumatong sa kanya. Ikinuskos nito ang sandata bilang paghahanda sa labanan na magaganap.

Eton a. Mabibiyak na siya.

Hinalikan siya sa labi ni Roque habang itinututok ang sandata sa bukana ng pagkabirhen niya. Ito na ang pagkakataon. Habang hinahlikan siya ni Roque sa bibig kasabay ng pagkilos nito para pasukin ang birhen niyang hiyas ay isiniksik ni Clarice ang mga hinlalaki niya sa mata ni Roque at kinagat ng ubod-lakas ang dila nito.

"AAHHHH!!!" sigaw ng lalaki, duguan, habang naputol ang dila niya at nabulag.

Agad nagsuot ng damit si Clarice, sinipa pa ang ari ni Roque, bago tumakbo palabas.

Nakita siya ng driver na naghihintay. Agad siyang pinapasok sa kotse at pinatakbo palayo.

"Nakagat mo ba hanggang maputol?" tanong ng matanda.

"Opo..." nanginginig na sagot ni Clarice.

"Magaling. Hindi na siya makakapanakit ulit ng kahit sino, Walang makakarinig sa sigaw niya sa lugar na ito." seryosong sagot ng driver.

Pagkarating sa ospital, nagpaalam ang matanda. "Kung may magtanong, hindi tayo magkakilala. Huwag kang mag-alala, hindi ka na guguluhin ni Roque. Uuwi na ako sa Mindanao, hindi na babalik. Tibayan mo, hija. Gamitin mo 'tong karanasan para tumatag."

Lubos ang pasasalamat ni Clarice sa driver. Kung hindi dahil sa kanya, wala na siyang dangal.

Pagbalik niya sa ospital, natapos na ang operasyon ng nanay niya—ligtas ito. Naiyak si Clarice sa tuwa, at sa wakas, may pag-asa pa siyang bumangon.

KABANATA 13

MULING PAGBANGON

Samantala sa ospital...

"Mrs. Daisy, ako po si Clarice, kaibigan ni Brianna. Sabi niya baka puwede ninyo akong tanggapin sa resto na pinagtatrabahuhan n'yo," magalang na sabi ni Clarice.

"Ah, oo. Nabanggit nga ni Brianna na kailangan mo ng trabaho dahil sa nangyari sa pamilya n'yo. Nakikiramay ako, Clarice. Sa Angeles City ang restaurant na pinagtatrabahuhan ko, at puwede ka nang magsimula pagkatapos mailibing ang tatay mo," sagot ni Mrs. Daisy.

"Maraming salamat po, Mrs. Daisy. This week na po ang libing ni Papa, kaya makakapasok na agad ako," sagot ni Clarice.

"Sige, hihintayin kita doon," sabi ni Mrs. Daisy sabay baba ng telepono.

Bumalik si Clarice sa higaan ng nanay niya. Angioplasty ang ginawa sa halip na bypass, kaya mas ligtas na ang kalagayan nito. Tulog ang nanay niya, kaya napaiyak si Clarice habang nakatingin dito.

Bigla siyang napatigil nang marinig ang flash report sa TV:

"Isang bangkay ng lalaki ang natagpuan sa liblib na bahagi ng Bulacan. Ayon sa pulisya, namatay ito dahil sa malalang impeksyon dulot ng naputol na dila. May sugat din siya sa mga mata kaya pinaniniwalaang nabulag ito at hindi nakalabas agad ng bahay."

"Bagay sa'yo!" bulong ni Clarice sa sarili.

Huminga siya nang malalim. Ligtas na ang mama niya, at ang dapat niyang isipin ngayon ay kung pa'no sila makakaahon at mababayaran ang bahay na hinuhulugan pa sa bangko. Alam niyang kailangan niyang tapusin ang pag-aaral para hindi siya tuluyang maghirap sa hinaharap.

Makalipas ang tatlong araw...

Inilibing na si Mang Karding. Hindi nakadalo ang nanay ni Clarice dahil mahina pa. Maraming nakiramay at nag-abot ng tulong pinansyal.

Pagkatapos ng libing, umuwi si Clarice para ayusin ang gamit niya. Naiiyak siya habang nag-eempake—kasi sa Angeles City siya magtatrabaho at uuwi lang tuwing weekend. First time niyang mahiwalay sa nanay niya kaya ang bigat-bigat ng pakiramdam niya.

Kinahapunan, bumalik siya sa ospital.

"Mama, tama na ang pag-iyak. Kailangan nating tumibay ngayon. Maayos ang libing ni Papa. Nasa kulungan na rin 'yung mga adik na nagsunog sa resto natin, kaya huwag ka nang malungkot. May trabaho na rin ako sa Angeles City," bungad ni Clarice.

"Naawa ako sa'yo, anak! Hindi mo dapat pinagdadaanan lahat 'to. Pero tandaan mo, alagaan mo ang sarili mo at magpakatatag ka. Wala na ang Papa mo at may sakit pa ako... Kaya harapin mo ang buhay nang may tapang kahit hindi patas ang laban," sagot ng nanay niya, umiiyak.

Isang linggo pang nanatili sa ospital ang nanay ni Clarice bago makauwi. Doon siya binantayan ng tiyahin niya.

"Ma, aalis na ako. Uuwi ako tuwing Linggo. Huwag kang mag-alala, tatawag ako palagi!" paalam ni Clarice bago humalik sa nanay niya.

Habang nasa bus papuntang Angeles, hindi na napigilan ni Clarice ang pag-iyak. Pero agad din niyang pinatigil ang sarili—kailangan niyang tumibay.

Pagkalipas ng mahigit limang oras, nakarating siya sa resto. Napansin niya agad ang malaking neon sign: Rising Star Restaurant. Pumasok siya at naghanap kay Mrs. Daisy.

"Miss, pakihintay na lang po si Mrs. Daisy. Usually dumarating siya ng 1 pm, malapit na po," sabi ng isang waitress.

Umupo si Clarice at inoobserbahan ang mga staff. Dahil dati rin silang may resto, alam niya ang pasikot-sikot ng ganitong trabaho.

Maya-maya, dumating si Mrs. Daisy. Kahit nasa 40s na, halata pa rin ang dating ganda. Ngumiti agad siya kay Clarice.

"Ah, ikaw pala si Clarice, kaibigan ni Brianna. Mas maganda ka pa pala in person!" biro ni Mrs. Daisy.

"Salamat po..." nahihiyang sagot ni Clarice.

"Tara, punta tayo sa office."

Dinala siya ni Mrs. Daisy sa opisina kung saan nandoon ang manager na si Aida.

"Aida, ito si Clarice. Napag-usapan na namin ni Diego na magiging waitress siya rito, at kung kailangan, cashier din."

Kahit mas mataas ang pinag-aralan ni Manager Aida, mas matimbang pa rin ang boses ni Daisy dahil siya ang pinagkakatiwalaan ng may-ari sa lahat ng negosyo.

"Okay. Nasabi mo na ba ang sweldo?" tanong ni Aida.

"Oo, 800 pesos per day." sagot ni Daisy.

Ipinakilala na rin siya sa mga kasamahan at dinala siya sa dormitoryo.

"Dalawa lang tayo rito sa kwarto kasi umuuwi yung iba. Mabait naman lahat ng kasama natin," sabi ng waitress na si Anne.

"Salamat, Anne," sagot ni Clarice.

Kinabukasan, nagsimula na siyang magtrabaho. Madali niyang natutunan ang sistema dahil sanay na siya sa resto nila dati. Naging mabuti rin ito para kahit paano, makalimutan muna niya ang bigat ng pagkawala ng tatay niya.

Isang buwan ang lumipas...

Nasa kalagitnaan ng trabaho si Clarice nang tawagin siya ng manager.

"Clarice, may tawag ka sa cellphone mo kanina pa. Sagutin mo muna tapos balik ka ulit sa trabaho," sabi nito.

"Opo, Ma'am," sagot ni Clarice. Lahat kasi ng empleyado, iniwan ang cellphone nila sa locker para walang istorbo habang nagtatrabaho.

Nakunot ang noo niya nang mabasa ang text ng tita niya.

'*Clarice, nasa ospital kami ng mama mo. Na-confine ulit siya. Depressed siya kaya ayaw kumain, laging masama ang pakiramdam. Medyo okay na siya ngayon pero kailangan pang obserbahan. Medyo gipit tayo kaya tumawag ako sa'yo. Huwag kang mag-alala, gagawa tayo ng paraan.*'

Lalong bumigat ang iniisip ni Clarice. Bagong pasok pa lang siya kaya wala pa siyang ipon. Tahimik siyang nagdasal na sana huwag siyang panghinaan ng loob.

Naalala niya na pasukan na rin ngayon. Dapat second year college na siya, pero heto siya, waitress. Naiisip niya na sobrang liit ng kinikita niya para makapag-ipon panggamot kay Mama at pang-enroll din niya. Kailangan niya ng mas mabilis na paraan para kumita.

Gabi....

Mag-isa siyang natulog sa kwarto. Bandang madaling araw, nagising siya nang bumukas ang pinto—si Anne, kakarating lang. Doon niya napansin na tuwing Miyerkules, Biyernes, at Sabado, laging madaling-araw umuuwi si Anne.

"Oh Clarice, gising ka pa pala!" sabi ni Anne.

"Good morning, Anne. Hirap akong makatulog eh. Lagi kong iniisip si Mama," sagot ni Clarice, tapos ikinuwento niya lahat.

"Dasal lang palagi, Clarice. Ummm... alam ko curious ka kung bakit lagi akong late umuwi. Ang totoo, may sideline pa ako. Extra trabaho para may dagdag kita," sabi ni Anne, medyo nahihiya.

"Talaga? Baka puwede rin ako doon! Kailangan ko talaga ng pera para sa gamutan ni Mama!" sagot ni Clarice, inosente.

"Clarice... hindi siya matinong trabaho. Stripper ako. Sumasayaw ako sa bar, nag-aalis ng damit sa harap ng mga lalaki. Oo, malaki ang kita. Isang gabi lang, katumbas na ng tatlong araw na sweldo mo dito sa resto," amin ni Anne.

Natulala si Clarice. Hindi niya akalain na iyon pala ang racket ni Anne. Pero namangha rin siya kasi malaki nga ang kita. Kung ₱800 kada araw ang sahod niya bilang waitress, ibig sabihin, mahigit ₱ 2,000 kada gabi ang kay Anne.

"Iba ang stripper sa prostitute. Kaso madalas napagkakamalan pareho. Ikaw, virgin ka pa. Sigurado akong ayaw mong ipagpalit 'yon sa lalaking hindi mo kilala. Ako, may asawa na, pero never akong nakipag-sex sa customer para kumita," paliwanag ni Anne.

"Eh Anne, paano kung makilala ka ng tao?" tanong ni Clarice.

"Yung iba, naka-mask para hindi makilala. Kung interesado ka, pwede kitang ipasok. Ang ganda mo, Clarice. Siguradong ikaw ang magiging star of the night. Pero isipin mong mabuti. Oo, mabilis ang kita, pero kailangan mong lakasan ang loob mo," sabi ni Anne bago siya humiga para matulog.

Hindi na halos nakatulog si Clarice kakaisip. May sakit si Mama, may hulog pa sila sa bangko, at kailangan pa niya ng ipon para makapag-enroll. Ang puhunan lang? Yung lakas ng loob niyang maghubad sa harap ng mga lalaki.

Kinabukasan tanghali, kinausap niya si Anne.

"Anne, nagdesisyon na ako. Papasukin ko 'yan basta hindi ako makikipag-sex kahit kanino," sabi ni Clarice, seryoso.

"Huwag kang mag-alala. Walang makakapilit sa'yo. Tara, ipakikilala na kita sa manager ng bar," sagot ni Anne.

"Ha? Ngayon agad? May trabaho pa tayo ah?" gulat na tanong ni Clarice habang hinila siya ni Anne papunta sa opisina ni Mrs. Daisy.

"Mrs. Daisy, may kailangan kami sa inyo," sabi ni Anne, sabay kwento tungkol kay Clarice. Si Mrs. Daisy din ang namamahala ng bar.

"Sigurado ka ba sa desisyon mo, Clarice? Alam ko mahirap ang pinagdadaanan mo, naiintindihan ko. Galing din ako sa ganyang trabaho. Oo, malaki ang kita pero mabigat din dalhin. Baka pagsisihan mo balang araw," sabi ni Mrs. Daisy, nag-aalala.

"Sigurado na po ako, Mrs. Daisy. Magmamaskara ako para hindi makilala," sagot ni Clarice.

"Sige. Kung handa ka, punta tayo ngayon sa club. Biyernes kasi ngayon, maraming tao," sagot ni Mrs. Daisy at dinala na siya sa bar.

KABANATA 14

STAR OF THE NIGHT

Pagdating nila, nakita ni Clarice ang pangalan ng club: Love Boat. Malaki ito at para lang sa mga may pera. Halos kapareho ng mga malalaking club sa Quezon Avenue.

Pagpasok, agad siyang binihisan ng sexy dress at sinabak sa rehearsal.

"Alam kong ayaw mo talaga nito, pero ito lang ang pinakamadaling paraan para kumita kaagad. Isipin mo na lang na walang tao sa harap mo habang sumasayaw ka," payo ni Mrs. Daisy.

"Opo," sagot ni Clarice, mabigat ang loob.

Unti-unti niyang inalis ang suot habang sumasayaw. Naka-bikini na lang siya. Tinakpan niya ang dibdib gamit ang braso, pero kalaunan ay tinanggal din niya. Hanggang sa tuluyan siyang hubad sa harap ng stage lights.

"Perfect! Ganyan ang gawin mo mamayang gabi. Magmaskara ka para hindi ka makilala, at dagdag mystery pa sa audience. Tandaan mo, hindi ka obligado umupo sa customer kung ayaw mo, pero mas kaunti ang kita kung sayaw lang," sabi ng choreographer.

"Simula ngayon, ang pangalan mo rito ay Yvonne," dagdag ni Mrs. Daisy.

Gabi na sa Love Boat...

Dumating na ang gabing kinatatakutan ni Clarice. First night niya bilang stripper. Paulit-ulit niyang sinasabi sa sarili: "Hindi nila malalaman kung sino ako, naka-catwoman mask naman ako."

"Huwag kang kabahan, Clarice. Trabaho lang 'to. Walang makakakilala sa'yo. Tandaan mo, malupit ang mundo kaya dapat maging matatag ka," paalala ni Mrs. Daisy, halatang naaawa.

Nasa dressing room si Clarice, naka-sexy outfit kasama ang iba pang dancers.

"Huwag kang kabahan, Clarice. Masasanay ka rin," sabi ng isa.

Tumayo siya nang marinig na sila na ang susunod. Suot ang mask, naglakad siya papunta sa backstage.

Pag-on ng tugtog, sumalang na siya sa stage. Pilit niyang nilakasan ang loob at sumayaw ng seductive moves, kasabay ng iba pang babae.

Unti-unti niyang tinanggal ang suot hanggang bikini na lang. Nakatakip pa muna ang dibdib, pero nang alisin niya ang braso niya, nagsigawan ang mga lalaki. Tapos, hinila niya pababa ang bikini hanggang sa hubad na siya. Humarap siya sa audience na puro sigawan at palakpakan.

Dahan-dahan siyang tumalikod, bahagyang ibinuka ang hita at yumuko para ipakita ang birhen niyang hiyas. Umalingawngaw ang ingay ng mga lalaki. Para silang nasa langit sa nakikita nila.

Palakpakan at hiyawan ang pumuno sa loob ng club.

Si Clarice, pinipigilan lang ang luha habang nararamdaman ang hiya at bigat ng ginawa niya. Pero alam niyang kailangan niyang tiisin ito—para kay Mama, at para makapag-aral ulit.

Pagbaba niya ng stage, diretso siya sa dressing room at agad na umiyak.

Nilapitan siya ni Mrs. Daisy at niyakap.

"Clarice, tibayan mo ang loob mo. Ganyan lang talaga sa umpisa. Kakayanin mo rin. Tandaan mo, ginagawa mo 'to para sa nanay mo at sa kinabukasan mo. Malalampasan mo rin lahat 'to," sabi ni Mrs. Daisy, halos umiiyak din.

Pagkalipas ng ilang minuto, pinahid ni Clarice ang luha niya. Sinabi niya sa sarili: "Trabaho lang 'to. Wala namang kumuha ng pagkababae ko."

Lumipas ang mga araw...

Patuloy na nagtatrabaho si Clarice bilang waitress sa restaurant. Kasama sina Anne at Mrs. Daisy, napagkasunduan nilang hindi dapat malaman ng iba ang "secret" na trabaho ni Clarice—para sa dangal niya na rin.

Pero tuwing gabi, kailangan na naman niyang mag-perform. Buong araw pa lang, pinipilit na niyang ihanda ang isip niya para sa show.

"Clarice, ready ka na ba mamaya?" tanong ni Anne ng palihim.

"Mm-hmm, ready na," simpleng sagot ni Clarice.

Kinagabihan...

Nagpalakpakan ang mga tao habang nakahiga si Clarice sa gitna ng stage, nakabukaka para makita ng mga lalaki ang sikreto niyang kayamanan. Katulad ng dati, umiyak na naman siya pagkatapos sa dressing room. Sa puso niya, alam niyang hindi siya kailanman masasanay na maghubad sa harap ng maraming lalaki.

Pag-uwi sa dorm, inisip niya kung ilang buwan pa siya magtitiis. Ayon sa bilang niya, aabot pa ng mahigit isang taon bago siya makapag-ipon ng sapat para sa gamutan ng nanay niya, pambayad sa bahay at resto, at pang-tuition sa susunod na sem.

Ayaw niyang pagsabayin ang pag-aaral at ang pagtatrabaho bilang stripper—baka mabuking siya at masira ang lahat.

Isang gabi...

Kakatapos lang niyang umiyak sa dressing room nang lapitan siya ni Anne.

"Clarice... may gusto sanang maki-table sayo. Malaki ang tip niya, baka magustuhan mo," alok ni Anne.

"Anne, ayoko. Baka pilitin niya akong makipag-sex. Alam mong hinding-hindi ko gagawin yun," takot na sagot ni Clarice.

"Hindi ka naman niya mapipilit. Pag pinilit ka, isigaw mo lang at agad lalapit yung bouncer," pang-amo ni Anne.

"Sigurado ka?" alanganing tanong ni Clarice. Alam niyang malaking tip ang kapalit.

"Sigurado. Tsaka... may isa pang paraan para kumita ka ng malaki nang hindi ka nagpapagalaw. Pero feeling ko, ayaw mo rin. Yung... alam mo na, lips work," bulong ni Anne.

Hindi nakasagot si Clarice. Hindi alam ni Anne na magaling talaga siya doon, pero hindi siya sigurado kung kaya niyang gawin yun sa estranghero. Pero biglang naalala niya yung nangyari sa ecopark ilang buwan na ang nakalipas...

"At saka Clarice, may aaminin din ako. Basta atin-atin lang, ha? Pareho naman tayong may sikreto," dagdag ni Anne.

"Ano yun?" tanong ni Clarice.

"Hindi alam ng asawa ko na stripper din ako. At... hindi rin niya alam na nakikipag-sex ako sa ibang customer kapalit ng pera. Hindi ko sinasabi para gayahin mo. Ang point ko lang, kung gusto mong kumita pa, may option ka—kahit yung lips lang," sabi ni Anne.

Nag-isip si Clarice. Kung malaking pera ba ang kapalit, kakayanin ba niya? Hindi niya masagot ang sarili. Natatakot siyang tuluyang malubog sa putikan.

Maya-maya, nagdesisyon siya. Pumasok siya sa VIP room, at doon nakita niya ang isang lalaking nasa mid-30s, disente at medyo gwapo.

"Hello Yvonne, ako si Brad. Brad Prieto." bati ng lalaki na may kasamang ngiti.

KABANATA 15

ANOTHER DAY AT WORK

K*inabukasan, Sabado...*

Tanghali na nagising si Clarice kaya todo-sorry siya agad sa manager ng restaurant. Pagkatapos magpaliwanag, balik agad siya sa trabaho.

Sobrang busy ng buong araw kaya kahit gusto niyang umuwi ng Bulacan para bisitahin ang nanay niya, napagpasyahan na lang niyang sa susunod na linggo na lang. Tumawag na lang muna siya sa cellphone para makausap ang nanay niya.

Paglabas niya ng restaurant, tinawag siya ni Mrs. Daisy.

"Clarice, uuwi ka na ba?" tanong nito.

"Hindi muna ngayon, Mrs. Daisy. Gusto ko lang matulog ng maaga. Halos hindi ako nakatulog kagabi," malungkot na sagot ni Clarice.

Alam ni Mrs. Daisy kung bakit—kaninang madaling-araw lang kasi galing si Clarice sa bar. Palagi niyang sinisigurado na naka-pony at malalaking salamin ang suot niya para hindi siya makilala pag pumapasok at lumalabas ng Love Boat.

"Gusto mo bang mag-extra bukas ng hapon sa pelikula? May shooting kasi ng pelikula dito sa restaurant, kailangan nila ng mga ekstra," alok ni Mrs. Daisy.

Napangiti agad si Clarice.

"Talaga? Oo naman!" sagot niya, walang pagdadalawang-isip.

Matagal na niyang pangarap maging artista, kaya kahit maliit lang ang bayad, game siya basta ma-experience lang.

"Sige, bukas ha! Hihintayin ka namin," tugon ni Mrs. Daisy.

Pagbalik ni Clarice sa dorm, napaiyak siya bigla nang maalala ang nangyari kagabi. Mahigit doble ng karaniwang kita niya sa pagsasayaw ang nakuha niya kay Brad—dahil ginamit niya ang kanyang bibig para pagsilbihan ito. Malaki pa ang binigay na bonus kasi wala raw siyang sinayang kahit patak.

Apat na lalaki na ang dumaan sa kanya bago ang customer pero hindi niya pa din matanggap na ibinaba niya ang sarili para sa pera.

Buti na lang gwapo at disente ang lalaki kaya kahit papaano, hindi ganoon kabigat ang pakiramdam niya. Sa umpisa, nag-usap na sila at sinabi niyang virgin pa siya. Pero nung inalok siya ng malaking halaga, gamit ang bibig wala na siyang nagawa. Kailangan niya ng pera.

Biglang dumating si Anne.

"Clarice, hindi tayo nakapag-usap kagabi. Umiiyak ka nung umuwi ka. Ginamit mo ba... yung lips?" tanong nito.

Tumango lang si Clarice.

"At least virgin ka pa rin!" sagot ni Anne sabay higa sa kama.

Kinabukasan, nagsimula na ang shooting. Sobrang enjoy si Clarice at kahit sandali, nakalimutan niya ang mga problema niya. Kahit maliit lang ang talent fee, masaya siya.

Hapon na nang matapos ang shooting, nilapitan siya ng isang talent scout.

"Miss, gusto mo bang mag-extra ulit sa mga susunod na araw?" tanong nito.

"Oo naman!" mabilis na sagot ni Clarice.

"Good! Heto, tawagan mo ako after a week para ma-update kita sa movie," sagot ng talent scout sabay ngiti.

Parang lumulutang si Clarice sa tuwa. Baka nga matupad ang pangarap niyang maging artista.

Makalipas ang ilang araw, Miyerkules ulit...

Pagkatapos ng performance ni Clarice, nilapitan siya agad ng floor manager.

"Clarice, hinahanap ka ni Brad. Gusto ka raw niya ulit sa table niya."

Medyo nagdalawang-isip si Clarice, pero naalala niyang sobrang galante ito kaya pumayag din siya.

"Clarice, grabe ha! Ang yaman yata ng customer mo. Pero kung gusto mong mas malaki kita, pwede mo siyang payagan sa backdoor!" biro ni Anne sabay tawa.

Namula si Clarice pero pinilit na lang ngumiti at pumasok sa VIP room.

Pagpasok niya, agad siyang binati ni Brad na umiinom ng beer.

"Alisin mo na yang mask mo, tayong dalawa lang naman dito," sabi ng lalaki.

"Hindi ba napag-usapan na natin na hindi ko tatanggalin mask ko habang nandito ako?" inis na sagot ni Clarice.

"Relax. Mas lalo kang nakaka-excite dahil misteryosa ka," seryosong tugon ni Brad habang titig na titig sa mata niya.

Umupo si Clarice sa tabi niya. Nag-usap sila ng kung anu-ano. Businessman pala ito at halatang maraming pera. Tahimik lang si Clarice, puro ngiti at tango. Ayaw niyang ikuwento ang totoong dahilan kung bakit siya nasa Love Boat.

Maya-maya, bumulong si Brad. Inaasahan na ni Clarice ang sasabihin nito. Unti-unti, lumuhod siya at ginamit ang bibig niya. Ilang minuto lang, halatang aliw na aliw ang lalaki.

Habang abala siya, bigla ulit itong bumulong. Napatigil si Clarice. Nag-alinlangan siya, pero naalala niya ang nanay niya at ang tuition. Kaya nagdesisyon siya.

"Bayad muna," seryoso niyang sabi.

"Sure!" sagot ni Brad sabay abot ng sobre na may limampung libo.

Pinaupo siya nito sa sofa at pinabuka ang mga hita. Tinanggal niya ang underwear at hinayaan ang lalaki. Ayaw man ni Clarice, pero kailangan niya ng pera.

Hanggang sa pinalapit na ni Brad ang sandata niya. Mabigat ang loob ni Clarice pero dahan-dahan siyang umupo dito. Ramdam niya ang sakit dahil hindi siya handa, pero kinaya niya.

Maya-maya, nagsimulang gumalaw si Clarice, taas-baba, labas pasok ang sandata sa likurang pintuan niya, pilit na iniinda ang lahat. Pinipigilan niya ang luhang gustong bumagsak. Hindi niya gusto pero kailangan niya ng pera.

Ilang minuto pa, ungol na si Brad, halatang satisfied. Agad nagbihis si Clarice, kinuha ang pera, at lumabas ng VIP room.

Pagdating sa dressing room, tuluyan na siyang napaiyak. Sobrang galit siya sa sarili niya sa ginawa niya, pero pinili niya ito dahil kailangan. Ang importante, virgin pa rin siya. Ilang minuto pa, natigil na rin ang kanyang pag-iyak.

Nilakasan niya ang loob at itinanim sa isip na ito ay para sa ina at sa kinabukasan niya.

Dumating ang Biyernes...

Matapos siyang magsayaw ay bumaba siya ng stage at nagpunta sa dressing room. Pigil ang luha niya at pinipilit magpakatatag.

Nagkwenta siya kung magkano ang kinakailangan niyang kitain para makapag-aral at para sa nanay niya. Kung aasahan lang niya ay sweldo bilang waitress ay kahit limang taon ay hindi siya makakaipon.

Kung pagsasayaw ay baka dalawang taon o higit pa. Pero may babayaran pa siyang mga utang kaya kulang pa din kahit magsayaw siya.

At naisip niya na ituloy iyon.....

Pero iingatan niya ang pagkabirhen niya. Hindi niya pababayaang mawala ang bagay na iyon.

"Yvonne, may gustong makipag-table sa iyo." Sabi ng manager.

"Wait lang." Sabi ni Clarice.

Huminga siya ng malalim at inihanda ang sarili para makipag-table. Nakahanda siya na ulitin ang ginawa pero sa loob lang ng VIP room at hindi siya lalabas papunta sa motel kasama ng customer.

Ang mga strippers na pumapayag sa all-out ay 8k ang bayad sa loob ng VIP room pero nagiging 12k kapag inilabas sila dahil may cut ang bar.

Pero walang pakiaalam ang bar kung magkita sila ng customer sa labas kinabukasan. Usually ay sa labas ang gusto ng mga stipper dahil walang cut at 10k ang bayad.

Pagdating sa VIP room, agad na tumabi si Clarice sa customer at magiliw na nakipag-usap. Ang natutunan ni Clarice sa pag-table sa mga customer ay ang pakikipagbolahan at kung papaano mabasa ang galaw ng mga tao.

Kahit papaano ay lumalakas ang loob niyang humarap sa ibang tao. Parang training na rin sa business na kailangan mong makisama plus nadede-velop ang communications skills niya.

May percentage si Clarice sa ladies drink na iiinom nya kaya mas marami ay mas malaki ang posiyento. May dagdag din sa daily wage nya kapag tumeybol.

Kapag ginamit niya ang 'talent' at backdoor niya ay at least 6k ang bayad sa kanya pero ayaw niyang sumama sa labas at pumasok sa hotel dahil delikado.

At least sa VIP room ay hindi siya mapipilit.

"Yvonne, 6k ang presyo mo? Sa pintuan naman sa likod ang daan ko." Sabi ng lalaki.

Tumango si Clarice at hinubad ang panloob. Ayaw niyang magtanggal ng lahat ng damit dahil nahihiya siyang mahuli ng waiter na papasok.

Maya-maya pa ay pigil ang luha niya habang abala ang bibig ng lalaki sa pagitan ng mga hita niya. Pinipilit ng lalaki na pasukin ng dila nito ang pagkabirhen niya. Kung sa ibang babae iyon, malamang na napilas na dahil sa haba ng dila ng lalaki.

Hirap ang lalaki sa hiyas ni Clarice dahil parang may batong nakaharang sa pagkababae niya.

Maya-maya ay pinatuwad na ng lalaki si Clarice at sinimulang bayuhin ang pintuan sa likod. May konting luha ang mga mata niya sa tuwing maiisip na para siyang pokpok na nagpapabayad.

Isa siyang birheng pokpok.

Makalipas ang ilang minuto ay nagpalabas ang lalaki sa pintuan niya sa likod. Nagbihis si Clarice pagkatapos at bumalik sa tabi ng lalaki at pigil ang luha na ngumiti na kunwari ay nag-enjoy siya.

Galante ang lalaki at wala itong pakiaalam kung ilang ladies drink ang mainom niya, Sa isip ni Clarice ay kailangan niyang kumita ng mabilis kya handa siyang magsakripisyo.

Ilang minuto pa ay lumabas na ng kuwarto si Clarice para magsayaw ulit.

Pagkatapos magsayaw ay lumapit ang floor manager at may ibinulong. Tumango si Clarice at pumasok sa ibang VIP room.

At muling inulit ni Clarice sa ibang customer ang mainit na tagpo na ginawa niya kanina sa naunang customer.

Nang makauwi siya sa tinutuluyan ay doon niya ibinuhos ang luha. Binaboy o nagpababoy na naman siya sa dalawang customer ngayong gabi para kumita.

Nakatulog siyang may luha ang mga mata.

KABANATA 16

KISS TO THE NIGHT SKY

Lumipas ang dalawang linggo...

Nagpapatuloy pa rin si Clarice sa pag-strip tease sa Love Boat Bar, pero hanggang ngayon, hindi pa rin siya nasasanay. Lagi siyang nababagabag at nahihiya pagkatapos ng bawat performance. Ang hiyas niyang matagal niyang itinago, nakikita na ngayon ng kung sinu-sinong lalaki.

Dahil sa hirap ng buhay, napagdesisyunan niyang magpagamit sa mga galanteng customers, kaya sa bawat gabi ay customer siya sa VIP room. Pero hindi pa rin siya handang isakripisyo ang kanyang virginity.

Sa tuwing pagkatapos ng pagsasayaw niya sa gabi ay deretso siya sa VIP room at pumapayag siyang makipagniig, gamit ang likod bahay sa customer para mabilis siyang makaipon ng pera.

Walong lalaki na ang nakagalaw sa kanya simula ng gawin niya ang desisyon na magpagamit, pero sa likod lahat dumaan kaya birhen pa din siya. Ni isa sa mga lalaki ay hindi nagawang paligayahin si Clarice dahil para sa kanya ay trabaho lang iyon.

Pauwi sa dormitoryo, halos di siya makalakad ng maayos dahil sa sakit na inabot niya. Imbes na sarap, puro pahirap ang nakuha niya.

Sa dami ng nagdaan sa pintuan niya sa likod ay nasanay na rin siya at hindi na masyadong nalulungkot tulad ng dati. Tinanggap niya ang mga nangyari para maging normal ang mga kilos niya.

Nang gabing iyon ay dalawa ang naging customers ni Clarice na dumagdag sa naunang walong customers niya.

Ang pasalamat niya, birhen pa din siya.

Kinabukasan...

Habang break sa trabaho, naisip niyang tawagan ulit ang talent scout para sa pelikula. Dali-dali niyang dinial ang binigay na numero.

"Good morning! Ako si Yvonne, 'yung sumali sa shooting last week. Pwede ko po bang itanong tungkol sa offer niyo?" sabi ni Clarice.

"Uy! Buti tumawag ka! Alam mo, kamukha mo 'yung bagong artista ng GMA-CBN—si Heart Rivera. May daring scene sana pero ayaw niyang gawin, kaya kailangan ng double. Don't worry, tatlumpung libo ang bayad kung papayag ka. Mga trenta minutos lang ang shoot!" paliwanag ng scout.

"Ha? Maghuhubad ako? Nakakahiya baka may makakilala sa'kin." sagot ni Clarice na nahihiya.

"Don't worry, Yvonne. Hindi naman gagamitin ang totoong pangalan mo. At saka, si Heart may nunal sa pisngi, lalagyan ka namin ng make-up at ibang hairstyle. Hindi ka makikilala." sagot ng scout.

Nag-isip nang mabuti si Clarice. Sigurado siya, hindi siya makikilala dahil double lang naman siya. At isa pa, para lang naman ito sa sining.

"Sige, payag ako." simpleng sagot ni Clarice.

"Good! Ite-text ko na lang ang details at schedule." sagot ng scout.

Pagkababa ng tawag, agad niyang natanggap ang mensahe. Bukas ng umaga pala ang shoot.

Kinagabihan...

Nakatayo si Clarice sa entablado sa harap ng mga lalaking nanonood, naka-catwoman mask, habang dahan-dahang sumasayaw nang sexy sa gitna ng stage. Naka-bikini siya.

Pag-ikot niya, hinila niya pababa ang tali ng bikini hanggang sa mahubaran siya sa harap ng lahat. Humiga siya sa gitna ng entablado, bumukaka, at ipinakita ang kanyang iniingatang yaman sa mga sabik na mata. Tumutok ang spotlight sa kanya.

Pinipigil niya ang luha, sobra siyang nahihiya at parang nilulubog sa kahihiyan—pero kailangan niyang tiisin. Tutal, hindi naman niya ibibigay ang virginity niya kahit kanino, kundi sa mapapangasawa lang niya.

Kaninang umaga, nagkasundo sila ng floor manager na magdagdag ng bagong gimmick: auction. Ang mananalo, hahalikan ang yaman ng mga dancers.

Siya ang huling ia-auction dahil siya ang star dancer.

Kinuha ng emcee ang mic. Malakas ang boses nitong umalingawngaw sa tugtugan.

"Mga ginoo! Eto na, si Yvonne, ang star ngayong gabi! Isa siyang certified virgin dahil wala pang lalaki na nakakabasag sa kanyang pagkabirhen! Highest bidder wins the 'Kiss to the Night Sky!'"

Hagalpakan ng tawanan at hiyawan ang sumunod. Nagtaas ng kamay, pataas ng pataas ang bid.

Nakahiga siya sa spotlight, nakabukaka, kitang-kita ang itinatago, nakangiti sa harap ng lahat, pero sa loob niya, durog ang puso. Kailangan niya ng pera, kaya't tiis-hiyang gawin ito.

"Going once... going twice... sold!" sigaw ng emcee sabay turo sa isang matangkad na lalaki sa sulok. Umakyat ito sa stage, confident, at nilapitan siya.

"Muli mga kaibigan, si Yvonne ay isang birhen dahil wala pang lalaki ang matagumpay na nakabasag sa kanyang iniingatan!" Ang sabi ng emcee.

Tahimik ang lahat nang yumuko ang lalaki at hinalikan ang kanyang hiyas.

Sinilip ng emcee ang timer—limang minuto.

Hindi maintindihan ni Clarice ang sarili. Kapag ginagamit siya ng mga customer sa VIP room ay diring-diri siya at hindi nag-eenjoy pero ngayon, may kilig siyang naramdaman sa ideya na pinapanood siya ng mga lalaki habang nagpapakasawa ang isang estranghero sa iniingatan niya.

Pilit niyang pinigil, nilabanan ang nararamdaman pero bumigay ang katawan niya, gumalaw ang balakang niya nang kusa.

Mainit ang labi ng lalaki, sapat para malimutan niya sandali ang ingay, ilaw, at tao sa paligid. Magaling ito. At saglit, halos bumigay siya, bago biglang nagising ang isip niya.

"Ano ba 'tong ginagawa ko?" bulong niya sa sarili, habang kumakabog ang dibdib.

Hiyang-hiya siya pero parang excited siya sa atmosphere ng club. Hindi niya maintindihan ang sarili. Enjoy siya pero nag-aalala siya na baka labasan siya habang pinapanood ng mga tao. Pinigil niya ang sarili at inisip na ginagawa niya ito para kumita ng pera.

Nang tumigil ang lalaki, sobra siyang nahiya. Sumabog ang hiyawan at palakpakan, may nagbiro pa. Ngumiti ang lalaki, parang proud, at yumuko bago bumaba ng stage.

"Palakpakan natin ang winner ngayong gabi!" sigaw ng emcee.

Pagkababa niya ng stage ay kaagad na umakyat ang isang babae at isang lalaki sa stage at nagsimulang maghalikan habang hinuhubad nila ang damit ng bawat isa. Pagdating ni Clarice sa dressing room ay napaiyak siya dahil sa kahihiyang pinilit niyang tanggapin para lang kumita ng pera.

Maya-maya ay tumigil siya sa pag-iyak at laking gulat niya nang makita na nagtatalik na sa ibabaw ng stage ang magkapareha. Naisip niya, nagsimula siya sa pagsasayaw ng hubad pero kanina lang ay nagpahalik siya sa iniingatan niya. Bigla siyang nag-alala na baka sa susunod ay ito na ang ipagawa sa kanya.

Hindi siya papayag na mawala ang pagkabirhen niya sa ganitong paraan.

"Kahit anong pilit nila, hindi ako papayag na gawin yang ganyang performance sa harapan ng maraming tao!" Ang bulong ni Clarice sa sarili habang inaayos ang sarili para umuwi.

Habang naglalakad pauwi, paulit-ulit bumabalik sa isip niya ang eksena—ang ilaw, ang hiyawan, at ang mga matang nakatutok sa kanya habang hinahalikan ng lalaki agn pagkabirhen niya .

"Bakit ganoon?" Nagtatakang tanong niya sa sarili.

Pagdating niya sa kuwarto, mabigat ang dibdib niya. Hinubad ang sapatos, iniwan ang bag, at dumiretso sa kama. Nakahiga, nakatingin sa kisame, parang may nakabara sa lalamunan niya.

Hindi iyon halik ng pag-ibig. Isa iyong premyo, binili at inangkin sa harap ng madla. Pinayagan niyang mangyari, at oo, nasarapan siya kahit labag sa loob niya.

Pumatak ang luha sa gilid ng mata niya. Niyakap niya ang tuhod niya, ramdam ang matinding hiya.

Sinabi niya sa sariling makakalimutan niya ito kinabukasan... pero sa dilim ng kuwarto, alam niyang hindi. Hindi pa sa ngayon.

KABANATA 17

ANG ARTISTA

Kinabukasan ng umaga...

"Mabuti at maaga kang dumating! Basahin mo muna ang script habang nagpapahinga tayo para mabilis matapos," sabi ng director.

Nasa isang apartment sila kung saan gagawin ang shoot. Anim lang ang tao—director, talent scout, cameraman, light crew, make-up artist, at ang lalaki niyang partner sa eksena.

Gwapo at propesyonal ang lalaki, kaya medyo nawala ang kaba ni Clarice.

Binasa ni Clarice ang script. Isa lang ang dialogue niya, pero halos lahat ay intimate scenes. Namula ang mukha niya. Pero inisip niya, "Hindi ito kasing tindi nung ginawa ko kagabi at sa mga kliyente ko nitong nakaraang araw."

Maya-maya, nagsimula ang shoot. Medyo kinakabahan si Clarice—kahit may tape sa ilang parte, halata pa rin ang hubad niyang katawan.

Kahit shooting lang, realistic ang dating, may kilig at intimacy. Pagkalipas ng ilang minuto, tapos na ang unang take.

"Cut! Perfect! Ang galing mo, Yvonne! Isa lang ang take natin. Ok guys, pack up na tayo!" sabi ng director.

Habang palabas na si Clarice, nilapitan siya ng talent scout.

"Gusto mo ba kumita ng mas malaki?" bulong nito.

"Paano?" tanong ni Clarice, curious.

"Ganito...," paliwanag ng talent scout ang plano.

"Ha!? Hindi pwede! Virgin pa ako!" agad na tumanggi si Clarice.

"Hindi kailangan dumaan sa main door. Sabi ni Anne, nagawa mo na yung 'alternate way' sa mga kliyente mo. Bukod doon, nakita rin namin sa Love Boat kagabi yung auction... kaya 100k ang bayad sa'yo," dagdag ng scout.

Gulat si Clarice. Hindi niya akalaing ibubunyag ni Anne ang kanyang "secret talent." Ramdam niya na na-traydor siya at tahimik na naiinis kay Anne.

Pero tinukso siya ng malaking bayad. Inisip niya mabuti—tama, nagawa na niya ito maraming beses, pero kung papayag siya ngayon, makikita ng iba ang sikreto niya. Matindi ang dilemma.

"Walang makakakilala sa'yo. Dull lights lang, at makeover mo, ibang tao ang dating mo. Pangako, hindi mawawala ang virginity mo. Para ito kay Heart Rivera, para pag-usapan ng publiko at tumaas ang ratings niya," paliwanag ng scout.

Napag-isipan ni Clarice. Kung nagawa na niya ito dati, walang masyadong pagkakaiba ngayon. At dahil sa makeover, wala nang makakakilala sa kanya.

"Oo, gawin natin," sagot niya.

Tumawag ang scout ng dalawa pang lalaki—muscular at gwapo.

"Ito si Nick, partner mo, Yvonne. Yung isa, cameraman. Relax lang tayo para makapagsimula," sabi niya.

Namangha si Clarice kay Nick. Gwapo, maayos ang katawan—nakakakilig.

Maya-maya, sinimulan nilang mag-"scene."

At tulad ng napag-usapan, sa pintuan ng likod-bahay dumaan si Nick. Mahusay ito at propesyonal kaya naging palagay ang loob ni Clarice.

May playful scenes at mga poses na nagpapakita ng intimacy. Medyo nahihiya pa noong una si Clarice pero naging relax na rin pagkalipas ng ilang minuto.

Mahusay si Nick kaya nadala na din si Clarice sa scene. Iba ang itinugon ng katawan niya sa sinasabi ng isip niya. Bumigay na rin si Clarice sa mga kilos ni Nick at wala sa loob na nagpaubaya dito.

Naligayahan si Clarice sa ginagawa ni Nick at makalipas ang ilang minuto ay narating ni Clarice and dulo ng ligaya.

Bumalik lang siya sa katinuan ng maramdaman niyang nagpupumilit pumasok ang sandata nito sa bukana ng hiyas niya. Itinulak niya si Nick pero malakas ito kaya nagawa nitong maipasok ang kalahati ng ulo ng sandata sa pintuan niya.

Sa kauna-unahang pagkakataon ay may lalaki na nagawang ipasok ang kalahati ng ulo ng sandata niya sa bukanan ng hiyas ni Clarice.

"Bunutin mo yan! Masakit! Virgin pa ako!" Ang sabi ni Clarice.

Nasaktan si Clarice at alam niyang may nakapagbukas na bukana niya. Naramdaman niya na bumangga ang ulo nito sa hymen niya kaya itinulak niya si Nick na kaagad namang tumugon.

Sa bawat cut, may break para malinis ang sarili at huminga. Mabuti na lang at hindi nakapasok si Nick sa loob nya, although, nagawa nitong mabuksan ang bukana ng hiyas niya.

Matapos ang eksena ay nagpahinga ang dalawa at sinuri ni Clarice ang iniingatan. Intact pa din. Nakahinga siya ng maluwag.

Makalipas ang ilang minuto ay bumalik sila sa shooting, but this time ay mas relax na si Clarice. Pinabayaan niya si Nick na gawin ang gusto nito except sa pasukin siya. Pero may kalokohan si Nick. Paminsan-minsan ay kumukuskos ang ulo nito sa bukana ni Clarice at medyo pumapasok ang kalahati ng ulo sa loob.

"Huwag mong ipapasok yah ha? Virgin pa ako." Bulong ni Clarice na namumungay ang mga mata.

Tinablan si Clarice at paminsan-minsan ay pinababayaan niyang pumasok ng kaunti ang ulo nito sa kanya na nakakadagdag sa ligayang nararamdaman niya.

May eksena din na nasa ibabaw si Clarice na parang hinete na urong-sulong na aakalain mong totoo. At dahil sa matinding sensation, ikinuskos niya ang hiyas sa kahabaan ng kapareha.

At lumabas ang wild side ni Clarice.

Sa sobrang arousal ay naisip na niyang subukan kung gaano katibay ang hymen niya kaya siya na rin ang nagtutok ng sandata nito sa hiyas niya at inupuan para pumasok sa loob niya. Pero hindi niya magawang ituloy dahil masakit.

Gumana din ang kakaibang talent ni Clarice kung saan ginagamit niya ang bibig niya at kuhang-kuha sa camera.

Sa sobrang galling ng bibig niya ay hindi nakapagpigil si Nick at ipinutok sa bibig niya. Dahil sa eksperto si Clarice sa protina ay bale-wala sa kanya nang lunukin niya ito at walang itinira.

Pagkatapos ng shoot, lumapit ang talent scout:

"Yvonne, ang galing mo! Walang mag-aakalang na virgin ka pa." Ang sabi nito.

Nahihiya si Clarice kaya hindi siya makatingin sa mga mata ng kasama niya. Parang ang bigat ng pakiramdam niya at hindi alam kung paano haharapin ang sitwasyon. Tumayo siya at dumeretso sa banyo para linisin ang sarili bilang paghahanda sa susunod na eksena. Nagmumog at nagsipilyo siya, pilit binubura ang bakas ng mga nangyari kanina.

Paglabas niya, narinig niya ang usapan. Medyo napayuko siya at nakinig na lang.

"Pasensya na talaga Diego," sabi ng kapareha niya, halatang may kaba. "Hindi ko yata kaya ngayon. Pagod ako nitong mga nakaraang araw at hindi na gumagana ang alaga ko. Pinilit ko pero wala talagang nangyayari. Siguro kailangan ko ng mas mahabang pahinga."

Napangiti si Clarice kahit pinipigilan ang sarili. Gusto na sana niyang matawa pero kinontrol niya.

"Mahina ka pala!" Sa isip niya.

Sa isang banda, parang gumaan ang pakiramdam niya dahil natapos na ang tensyon kanina. Napansin naman ni Nick ang ngiting pinipigil niya.

"Oy, Yvonne! Pagod lang ako. Hayaan mo, kapag nakabawi ako, titirik ang mata mo sa sarap!" biro niya. "Pero kung tatawa ka, papasukin kita at babasagin ko virginity mo!"

"Hindi mo kaya yun," sagot ni Clarice, seryoso ang tono pero halatang may halong biro rin.

Tumawa nang bahagya ang talent scout bago nagsalita. "Sige, magpahinga ka muna. Simulan natin ulit pagkalipas ng isang oras. Yvonne, pasensya na sa delay, ha. Pero sa ganda mong iyan, babalik din agad ang lakas niya."

Napakagat-labi si Clarice, halatang naiilang, pero tumango lang siya.

Pagdating ng oras, nagsimula na ulit ang eksena.Pero this time ibang lalaki na ang kapareha niya, si Randy, dahil ayaw talagang tumayo ang alaga ni Nick.

Magkasalo sila ni Randy sa kama, parehong walang saplot, at nagsimula silang maghalikan. Dumikit nang mas malapit si Randy, at hinaplos-haplos siya habang patuloy ang eksena. Ramdam ni Clarice ang init at ang mabilis na pintig ng puso niya.

Habang tumatagal, unti-unting nadadala si Clarice. Pinipilit niyang huwag ipahalata, pero hindi niya maiwasang maramdaman ang kakaibang kiliti at pangungusap ng katawan niya.

Nasa ibabaw siya at nasa ilalim ang kapareaha kaya inulit niya ang pagkuskos ng hiyas sa kahabaan ni Randy habang dinidipsip ni Randy ang nipples niya. Wala na siyang pakiaalam sa kilos niya na halatang sarap na sarap.

Hanggang sa isang punto, nakaramdam siya ng kirot. Sinubukan ni Randy na ipasok ang ulo ng sandata niya sa bukana ng hiyas ni Clarice. Pumasok ang kalahati ng ulo nito pero hindi makatuloy dahil sa nakaharang.

Natakot siya at pilit itinulak si Randy,

"Tama na! Huwag mo nang ituloy, sabi ko na sa'yo na virgin pa ako!" mariin niyang sabi habang nanginginig ang tinig.

Ngunit hindi siya agad binitiwan ni Randy at ipinagpatuloy ang paglabas-pasok ng ulo nito. Habang tumatagal ay unti-unting nakakapasok ang mahigit sa kalahati ng ulo nito.

Pakiramdam ni Clarice ay parang gomang binabatak ang hymen niya. Masakit pero wala siyang nararamdaman na napupunit. Pakiramdam siya ay nababatak lang.

Nagmuscle-control siya para humigpit ang hiyas niya at para mapigil ang bisita pero naramdaman yun ni Randy kaya lalong idiniin at hinalikan sa leeg si Clarice. Nabitawan ni Clarice ang muscle control kaya medyo bumaon ang alaga nito.

Naroon ang halong kaba at hiwagang hindi niya maipaliwanag. Ayaw niyang aminin, pero may bahagi ng pagkatao niya ang nakakadama ng kakaibang thrill.

Habang nagpapatuloy ang eksena, mas lalo siyang naguguluhan. Ayaw niyang ipakitang nadadala siya, pero hindi niya rin matanggihan ang init at sensasyong nararanasan.

Hanggang sa hindi niya napigilan ang sarili. Bigla siyang tumayo dahil....nag-orgasm siya.

Napapikit siya, nanginginig, at halos hindi makapaniwala sa sarili. Sa kabila ng lahat, doon siya bumigay. Tumulo ang nectar sa hita niya.

Pagkatapos, sobrang nahihiya si Clarice. Hindi niya matanggap na sa harap mismo ng kapareha niya, nilabasan siya.

Siya ay kinikilala at hinahangaan na si Miss Bulacan na iniidolo ng mga lalaki, ngayon ay nakahiga at alam na alam ng kasama niya na nilabasan siya.

Naisip niya tuloy ang biro ni Paolo noon, na para raw siyang birheng nympho. Napaisip siya kung may katotohanan nga iyon.

Nagpatuloy pa ang eksena nang ilang sandali, ngunit lalo lang siyang nahiya. Lalo na nang maramdaman niya ang halik ni Randy sa hiyas niya na may nectar ng kaligayahan.

Maya-maya, natapos na rin ang shooting. Bumalik ang malinaw na pag-iisip niya. Naramdaman niya ulit ang hiya at bigat ng konsensya. Ibinaba na naman niya ang sarili para sa pera.

"Yvonne, maraming salamat sa pagtanggap sa offer namin para sa eksena. Huwag kang mag-alala, walang makakaalam na ikaw 'yan. Heto ang bayad, kasama na ang 20k bonus," sabi ng talent scout.

Tahimik na tinanggap ni Clarice ang pera, inilagay sa bag, at naglinis. Habang nakatingin sa salamin, hindi niya mapigilang isipin kung sino ba talaga siya at kung anong klaseng babae ang nagawa ang lahat ng iyon.

"Bakit ganoon ako? Ano na ang nagyayari sa akin?" Ang sabi niya sa sarili.

KABANATA 18

ANG UNANG PAGBASAG

Isang linggo ang lumipas...

Nakaupo si Clarice sa kanyang kama, pinapakinggan ang maingay na ugong ng electric fan, nang biglang tumunog ang cellphone niya. Hindi pamilyar ang numero.

"Hello?" maingat niyang sagot.

Isang boses ng lalaki ang narinig niya.

"Yvonne? Si Arman 'to, yung talent scout sa shoot nung isang araw. Naalala mo pa ba ako?"

Saglit siyang nag-alinlangan bago sumagot.

"Ah... oo, naaalala ko. Ano 'yon?"

Diretsong sabi ng lalaki, "May offer ulit para sa'yo. Isang daang libo. Kailangan namin ng body double ni Heart Rivera, sa isang... espesyal na eksena. Urgent 'to, ngayong araw na ang shoot."

Napahigpit ang hawak ni Clarice sa telepono.

"Double? Anong klaseng eksena?"

"Katulad nung huli. Hindi rin kita ipapakita. Wala kang dapat alalahanin," sagot ni Arman na may bahagyang tawa sa boses.

Mabilis ang tibok ng puso ni Clarice. Bumalik sa isip niya ang gulo at init ng nakaraang shoot. Muntik na ang virginity niya last time. Nangako siya sa sarili na hindi na siya babalik doon.

"Hindi ko siguro kaya," mahina niyang sabi. "Hindi 'yon... bagay sa akin—"

"Yvonne," putol ni Arman, ngayon mas malambing ang tono. "Isang daang libo. Isipin mo kung gaano kalaking tulong 'yon. Para sa'yo. Para sa pamilya mo."

Nanikip ang dibdib ni Clarice. Naisip niya ang gamot ng nanay niya, pati bayad sa matrikula. Napakagat siya ng labi.

"Pasensya na... hindi talaga," sagot niya.

Tahimik saglit sa kabilang linya. Pagkatapos ay bumaba ang boses ni Arman, mas mapang-akit.

"Dalawang daang libo."

Napatigil si Clarice.

"Dalawang daang libo, Clarice. Cash. Ngayon din. Pupunta ka lang, gagawin ang eksena, tapos uuwi kang may pera. Walang kontrata, walang komplikasyon."

Naghalo-halo ang iniisip niya—gamot, tuition, at dagdag ipon. Pero ang alaala ng set, kumurot sa sikmura niya.

"Anong klaseng eksena?" halos pabulong niyang tanong.

"Si Nick ulit... at may bago, si Robin. Pero huwag kang matakot, nandito kami. Hindi ka nag-iisa. Magtiwala ka lang," paliwanag ni Arman.

Nanlaki ang mata ni Clarice.

"Dalawa? Sabay?"

Hindi niya alam kung matatakot siya o...matutuwa, pero naramdaman niyang umiinit ang kanyang katawan. Nagawa na niya ito dati kay Paolo at Ian. Grabe ang sarap.

"Don't worry. Mga propesyonal sila. Hindi ka nila pababayaan," pangako ng talent scout.

"Kung... oo ako?" mahinang sambit ni Clarice.

"Magpapadala ako ng sasakyan sa loob ng trenta minutos," mabilis na sagot ni Arman. Ang boses niya may kakaibang saya, parang may tinatago.

Pumikit si Clarice. "Sige... gagawin ko."

"Good girl," sagot ni Arman bago ibaba ang tawag.

Nabitawan ni Clarice ang cellphone, nanginginig ang kamay. Hindi niya alam kung takot ba ang nararamdaman niya... o pananabik. Naisip niya: trabaho lang ba ito? O isang karanasang baka hindi niya na mabitawan?

Pagdating niya sa lokasyon, nadatnan niya si Arman at ang dalawang artista—si Nick at ang bagong kakilala, si Robin.

"Grabe, ang gwapo rin nitong Robin," bulong niya sa isip, habang may nararamdaman na namang init sa katawan.

Huminga siya nang malalim at naghanda para sa shoot. Habang naliligo, bumalik sa isip niya ang eksena noong nakaraang araw, at ramdam niyang unti-unti siyang naiinitan.

Nang magsimula ang shooting, lumapit sina Nick at Robin sa kanya. Dahan-dahan siyang hinawakan, inalalayan, at hinalikan sa leeg at balikat. Unti-unting lumuluwag ang pagpipigil ni Clarice.

"Paano ba yan Yvonne, bibiyakin na kita ngayon!" Biro ni Nick habang hinahalikan siya sa leeg.

Tumupad ang dalawa sa usapan, halinhinan sila sa pagpasok sa pintuan ng likod bahay.

Ang isang eksena ay nasa ibabaw ni Nick si Clarice habang ikinukuskos ang hiyas niya sa kahabaan nito habang si Nick ay lumipat sa likod niya at pinasok ang kabilang pintuan.

May eksena pa na binuhat siya habang nasa loob ng pintuan ng likod bahay si Nick at si Robin naman ay kunwaring bumabayo sa hiyas niya. Paminsan-minsan ay tinatamaan ng sandata ni Robin ang hiyas niya at halos mabaliw siya sa nararamdaman.

At sa mga sandaling iyon, sumuko na siya sa tukso. Nagpaubaya siya. Nangibabaw ang tukso kaya wala siyang pakialam kung mabasag ang virginity niya sa harap ng camera. Nawala na sa katinuan si Clarice dahil sa sobrang ligaya. Pinabayaan niya ang mga ito na ipasok ang ulo ng sandata sa loob niya.

Nag-take over ang wild side ni Clarice.

Minsan, siya pa mismo ang nagtutok ng sandata ng mga ito sa bukana niya na parang naghahamon na pasukin siya.

Lasing sa kaligayahan si Clarice kaya wala na siyang kiyeme at pakiaalam kung ano ang gawin sa kanya. Pero maingat ang dalawa sa pagpasok sa kanya. Alam nilang birhen si Clarice at masasaktan kapag bibiglain.

Halinhinan ang dalawang lalaki sa tangkang pagpasok kay Clarice pero matibay ang pintuan nito. Ulo lang ng mga sandata nila ang nakapag-labas-pasok sa hiyas ni Clarice.

Nasaktan si Clarice nang maramdaman niyang nagpupumilit si Robin sa kanya at natauhan sa ginawa nila. Pinilit niyang itinulak ang mga ito pero nagpumilit pa din ang dalawa.

"Aray! Huwag mong ipasok! Bunutin mo!" Sabi ni Clarice nakangiwi.

Pero nagpumilit ito at dahang-dahang ibinaon pero hindi makapasok dahil sa nakaharang. Inulit-ulit at mas madiin pero hindi makaderetso sa loob.

Ramdam ni Clarice na nababatak ang hymen niya at parang may napupunit sa loob. Kahit handa siyang ibigay ang pagkabirhen dahil sa tindi ng arousal na nararamdaman ay natakot pa rin siya na mawala talaga ang virginity niya.

Bandang huli ay hindi sila nagtagumpay na makuha ang pagkabirhen ni Clarice.

Pero bahagya nilang na-stretch ang hymen nito, may maliit na punit.

Ang unang installment process para basagin ang pagkabirhen ni Clarice ay tapos na.

Matapos ang ilang oras, natapos ang shoot. Halos manghina si Clarice, nanginginig ang tuhod at hindi makapaniwala sa sarili. Mabuti na lang at safe siya noong araw na iyon, kung hindi, malamang na mabuntis siya ng mga ito.

"Pahinga ka muna Yvonne. Maya ituloy natin. Pero iba ang kapareha mo, si Randy, yung partner mo last time at si Jerome. Don't worry, may dagdag na bayad ito." Sabi ng talent scout.

Nagulat si Clarice. Ibang mga lalaki naman. May naramdaman na naman na kakaiba si Clarice.

"Ok po." Simpleng sabi ni Clarice na hindi na nakatanggi. Hindi nakatanggi dahil sa dagdag na bayad at higit sa lahat.....nabitin siya kanina.

Makalipas ang kalahating oras ay pumasok sila Jerome at Randy. Muli na namang uminit ang hiyas ni Clarice. Naghihintay ulit ang hiyas niya sa kalaban.

Sinimulan nila ang shooting pero this time, mas malakas ang dalawa at mas game si Clarice dahil tiwala siyang matibay ang hymen niya.

Kapag nagtatangka ang dalawa ay gumagamit siya ng muscle control para sumikip at sa isang banda, nakatulong iyon para mahirapan ang mga bisita. Pero nagbigay din yun ng dahilan para lalong pwersahin ng dalawa ang pagpasok sa hiyas niya.

Pinagsabay ng dalawa ang pintuan niya na halos magpabaliw sa kanya. Kahit masakit ay tinitiis ni Clarice ang sakit para malaman ang tibay ng hymen niya. Labas-pasok ang mga ulo ng sandata nila sa hiyas niya pero hindi makapagpatuloy.

Nagdulot ng panibagong sakit ang ginawa ng dalawa na nakadagdag sa pagluwag ng hymen niya. Medyo elastic yun kaya medyo bumuka ito pero hindi sapat para makapasok ang ulo ng sandata.

Naramdaman ni Clarice na may napunit sa loob niya dahil sa pagpwersa ng dalawa pero nang maalala ang sinabi ng doctor na normal ang sakit at intact pa din siya unless malakas ang pagdurugo.

Maya-maya ay natapos si Clarice kasabay nag pagsirit ng lakas ni Jerome sa loob niya. Pagkatapos ni Jerome ay si Randy naman ang nagpalabas sa loob niya.

Bumalik siya sa orihinal na Clarice. Nakatulog na ang wild side niya kaya hiyang-hiya siya sa nangyari.

Habang nasa dressing room, nakatingin siya sa salamin. Ang babaeng nakikita niya roon ay parang hindi na siya. May bago sa kanya.

Oo, nakaramdam siya ng saya, ng sarap, pero kasabay nito ay takot at hiya. Hindi niya alam kung kaya pa niyang bumalik sa dati.

Umuwi siya sakay ng taxi, bitbit ang mahigit dalawang daang libo. Sa isip niya, ramdam ang bigat ng mga nangyari. May sakit pa rin sa katawan, may hapdi ang hiyas dahil sa bahagyang pagkapunit nito, at higit sa lahat—may bigat sa puso.

Pagdating sa dormitoryo, kinapa niya ang sarili, at nagdasal na sana walang masamang mangyari. Naaalala niya ang sinabi ng kaibigan niyang si Izza:

"Suwerte ka, Clarice. Kaya mong makipag-sex sa ibat-ibang lalaki na hindi mawawala virginity mo."

Natigil ang pag-aalala niya at napangiti si Clarice. Ngayon ay nakumpirma na niya na matibay ang hymen niya at hindi basta-basta mapupunit.

Ang pangyayari noong gabing iyon ay nagbigay ng kakaibang lakas ng loob.........at pananabik kay Clarice. Nagkaroon siya ng dagdag tiwala sa sarili.

Pero sa puso ni Clarice, alam niyang may nawala—kahit hindi pisikal, kundi ang paggalang niya sa sarili.

Maya-maya pa ay nakaramdam ulit si Clarice ng arousal natapos na maalala ang shooting kanina kaya nagpunta siya ng banyo para paligayahin ang sarili.

Hinahanap-hanap niya ang ginawa sa kanya ng apat na lalaki.

At gusto niyang maulit muli iyon.

KABANATA 19

ISANG BAGONG SIMULA

K*inabukasan......*

Bumalik si Clarice sa club at ipinagpatuloy ang pagsasayaw. Pero ngayong gabi, iba na ang pakiramdam niya.

Hindi na siya 'yung dating kabadong babae na laging naiilang kapag nakatingin ang mga mata ng mga tao. Matapos ang pelikulang ginawa niya, parang may nabago sa kanya. Mas matapang, mas malaya at may bahid ng kakaibang kumpiyansa sa sarili. Parang proud siya na ipangalandakan ang hubad niyang kagandahan sa mga tao.

Umakyat siya sa entablado, hubot-hubad na sumasayaw. Habang umiikot ang musika, dahan-dahan niyang ginamit ang katawan upang sundan ang bawat tunog. Ang bawat galaw niya ay may ritmo, may lambing, at may sigla. Hindi niya namalayang ngumiti siya, hindi pilit, kundi tunay na ngiti ng isang babaeng natutong tanggapin ang kanyang bagong anyo.

Sa unang pagkakataon, proud siya na ipakita ang hubad na katawan sa mga manonood.

"Grabe... si Yvonne oh, parang ibang tao na siya ngayon," bulong ng isang stripper.

"Tama ka. Halatang enjoy na enjoy na siya sa ginagawa niya."

Pagkatapos ng masigabong palakpakan sa entablado, bumaba si Clarice na may ngiting hindi pilit. Hindi na siya 'yung babaeng kinakabahan at naiilang ngayon, iba na ang dating niya. Matapos ang pelikulang ginawa niya, parang natutunan na niyang yakapin ang bagong anyo ng sarili.

Lumapit ang floor manager.

"Clarice, may naghahanap sa'yo. VIP room. Gusto ka raw makausap."

Tumango si Clarice. "Sige, pupunta ako."

Pagkapasok pa lang ni Clarice sa VIP room, ramdam na niya ang kakaibang enerhiya. Tahimik, madilim, at sila lang ng lalaki ang naroon. Nasa 50's ito pero matikas at mukhang disente. Kumabog ang dibdib niya.

Kanina, sa entablado, alam niyang siya ang sentro ng atensyon. Pero ngayon, mas personal, mas mapanganib.

"Ang galing mo kanina," sabi ng lalaki, nakatitig sa kanya na parang nilalamon ng mga mata.

Ngumiti si Clarice, pero hindi inosenteng ngiti. Parang may pananabik. Dahan-dahan siyang lumapit at umupo sa tabi nito.

Hindi pa rin mawala sa isip ni Clarice ang shooting kasama si Nick at Robin kaya for the first time ay hindi na siya naiilang sa VIP room. Excited na siya pero nandoon pa din ang pag-aalala.

"Sir, virgin pa po ako." Ang sabi ni Clarice.

"Hah?! Birhen ka pa? Eh papaano yun? Ano gagawin natin?" Dismayadong tanong ng lalaki.

"Kahit ano po pwede nyong gawin sa akin huwag nyo lang akong pasukin sa harapan. Ayaw ko pa pong ma-devirginize." Nahihiyang sabi ni Clarice.

"Kahit ano? Sa likod-bahay pwede? Kuskos pwede?" Tanong nito.

"Opo. Ikuskos nyo po. Kahit ano po basta huwag nyo akong pasukin sa harapan." Nahihiyang tugon niyo.

Hindi na nagpatumpik-tumpik ang lalaki; hinawakan niya ang kamay ni Clarice at hinila papalapit. Naglapat ang kanilang labi. Sa una'y banayad, ngunit agad itong nauwi sa matinding halikan. Si Clarice mismo ang naging mapangahas — kinabig niya ang leeg ng lalaki at sinakmal ang halik na para bang sabik siyang matikman ang lahat ng bawal.

Habang nakapatong sa kandungan ng lalaki, gumalaw ang balakang ni Clarice na parang sumasayaw. Hindi niya alam kung saan nanggagaling ang tapang na iyon, pero bawat pagdampi ng kanilang katawan ay tila nagpapawala ng lahat ng kanyang pagpipigil.

"Ang init mo..." bulong ng lalaki habang humahaplos sa kanyang likod.

Maya-maya pa ay hinubaran niya ng tuluyan si Clarice. Dati ay panty lang ang tinatanggal niya pero ngayon ay wala na siyang pakiaalam kung wala siyang saplot.

Naghubad ng pantalon ang lalaki at bumalik sa pwesto kung saan nasa ibabaw si Clarice habang nakaupo sa lalaki. Nagpatuloy sila sa halikan.

Nag-take over ang wild side ni Clarice.

Ikinuskos ni Clarice ang hiyas niya sa kahabaan ng lalaki na ikinasiya niya. Nasa isip pa din ni Clarice ang ginawa niya noong shooting. Apat na lalaki ang nakapareha nya noong gabing iyon pero hindi nakuha ang pagkabirhen niya. Nabitin siya.

Hindi tumanggi si Clarice nang itutok ng lalaki sa pintuan niya sa likod ang alaga nito.

Ramdam ng lalaki ang init ni Clarice at natuwa ito kaya siya na mismo ang kumadyot. Kumadyot ng kumadyot ang lalaki, marahas.

"Dahan-dahan lang po...masakit." Mahinang sabi ni Clarice sabay halik sa lalaki at binunot ang sandata tapos ay ikinuskos iyon sa hiyas niya. Nag-urong sulong siya pagkatapos.

Lalong natuwa ang lalaki kaya pinabayaan niya si Clarice na mag-urong sulong sa kahabaan niya. Sarap na sarap siya sa ginagawa niyang pagkuskos ng sandata ng lalaki sa hiyas niya.

Sa kauna-unahang pagkakataon ay talagang nag-eenjoy si Clarice sa customer niya sa loob ng VIP room.

Sanay na sanay na si Clarice sa pagpapaligaya sa lalaki kaya todo ang ginawa niyang pagtratrabaho sa ibabaw ng lalaki. Salitan ang ginawa niya na pagkuskos ng hiyas sa kahabaan ng lalaki at pagpapapasok ng ari ng lalaki sa pintuan niya sa likod.

Sarap na sarap si Clarice sa ginagawa kaya minsan ay natutukso siyang ibaon sa hiyas niya ang sandata ng lalaki pero nanaig ang katinuan niya.

Hindi man makapasok ay sapat na ang pagkuskos para masarapan si Clarice kaya maya-maya lang ay nilabasan na siya. Nang maramdaman ng lalaki ang pagkibot ng hiyas niya ay alam nitong nilabasan si Clarice.

Makalipas ang ilang sandali ay natapos din ang lalaki.

"Ang sarap mo! At birhen ka pa talaga!" Sabi ng lalaki.

Nagsimulang mahimasmasan si Clarice at nang luminaw ang isip ay nahihiya niyang inalis ang tingin sa lalaki.

Napatitig ang lalaki sa kanya, habol-dila man sa silakbo, ngunit tumigil. Niyakap na lang siya nang mahigpit habang patuloy pa rin ang kanilang mabibigat na hininga.

Matapos ang lahat, nanatiling buo ang kanyang hymen. Virgin pa rin siya. Pero sa loob-loob niya, parang nabasag ang ibang bahagi ng sarili.

"Ang lupit mo. Virgin ka pa din. Eto ang professional fee mo." Sabi ng lalaki sabay abot ng sobreng may 10k.

Umupo si Clarice, pinulot ang bag, at inayos ang sarili. Sa pisngi niya, bakas ang init ng nagdaang sandali, pero sa mga mata niya, nandoon ang bigat ng pagkakasala. Pigil ang luha, pilit ang ngiti.

"Ang mahalaga... birhen pa rin ako at may pera." bulong niya sa sarili, habang papalabas ng silid.

Ngunit alam niyang kahit hindi nawala ang kanyang pagkabirhen, may naiwan na namang sugat sa kanyang kaluluwa.

Nagpahinga siya sa dressing room para sa susunod na performance. Ilang sandali pa ay nakahubad na nagsasayaw si Clarice sa entablado at bigay na bigay. Talagang inaakit nya ang mga nanood sa kanya.

Enjoy siya sa pagsasayaw at babaeng-babae ang pakiramdam niya habang pinagsasawaan ng mga bisita ang hubad na katawan niya.

Pagbaba ng entablado ay lumapit ang floor manager sa kanya at may ibinulong.

"Payag ka ba sa take-out? 15k malinis." Sabi ng floor manager.

Nagulat si Clarice. Malaki iyon pero nagdalawang-isip siya. Sa labas yun. Pwede siyang pwersahin at basagin, walang tutulong sa kanya.

"Ayaw ko po. Sa VIP room lang ako." Sagot ni Clarice at bumalik sa dressing room.

Maya-maya pa......

Nasa ibabaw ng lalaki si Clarice, hubot-hubad at parang hinete sa kilos nito. Halos tumulo ang laway ni Clarice sa sobrang sarap na nararamdaman.

Na-master na niya ang posisyon sa ibabaw kung saan alternate ang pagkuskos at pagbaon sa likuran niya nang hindi umaalis sa ibabaw ng lalaki.

Hindi makpaniwala ang lalaki na isang birhen ang nasa ibabaw niya.

"Grabe ka! Ang sarap mo!" Ang sabi ng lalaki sa kanya sa loob ng VIP room habang hinahalikan ang leeg niya.

Sabay na nakarating si Clarice at ang lalaki at napadapa siya sa ibabaw nito pagkatapos.

Nang mawala ang arousal niya ay doon lang napagtanto ni Clarice ang kalokohang ginawa niya.

Bumalik ang original na Clarice kaya hiyang-hiya siya sa ginawang pagpapagamit sa dalawang lalaki noong gabing iyon. Bagaman at hindi siya napasok, ang pagpayag sa paggamit sa kanya ay kahalintulad na rin sa prostitute.

Pag-uwi sa bahay, naiyak siya nang mapagtanto ang ginawa.

Kinabukasan............

Nagising si Clarice nang mabigat ang ulo at parang nananakit ang buong katawan. Habang nakahiga, nakatitig lang siya sa kisame ng inuupahan niyang kwarto. Parang ramdam pa rin niya ang init ng gabi, ang bawat halik at haplos, ang mga sandaling muntik na siyang bumigay.

Napapikit siya at mahigpit na tinakpan ang mukha. "Diyos ko... ano ba 'tong nagawa ko kagabi? Bakit pumayag ako?"

Kapag na-aarouse siya ay game na game siya at wala siyang pakialam kung mapunit ang pagkabirhen niya. Pero kapag bumalik siya sa normal ay laking pagsisisi niya naman.

Tumulo ang luha niya, hindi dahil sa sakit ng katawan, kundi dahil sa bigat ng konsensya. Pakiramdam niya'y may bahagi ng sarili siya na nawala, kahit pinanghahawakan pa rin niyang buo pa ang kanyang puri.

Ngunit sa kabilang banda, hindi niya maitatanggi ang katotohanan: nagustuhan niya. nakarating siya sa langit sa piling ng lalaking hindi niya kilala. May kilig, may sarap, may pakiramdam ng kapangyarihan.

"Bakit parang dalawang Clarice ang nasa loob ko?" bulong niya sa sarili.

"Isa, 'yung dating ako takot, konserbatibo, nangangarap lang ng matinong buhay. At 'yung bagong ako malaya, mapusok, at sabik maramdaman ang mga bagay na dati kong ikinahihiya."

Umupo siya sa gilid ng kama, pinahid ang luha, at tumingin sa maliit na salamin. Nakita niya ang sarili — maganda pa rin, kaakit-akit, pero may matang puno ng lihim.

"Clarice..." mahina niyang usal, "sino ka na ba talaga ngayon?"

KABANATA 20

PAGKALUBOG SA PUTIKAN

Nang gabing iyon, umakyat si Clarice sa stage at all-out na nagsayaw sa harap ng mga manonood. Normal na lang talaga sa kanya ang magsayaw ng hubo't-hubad sa harap ng mga tao.

Katulad ng dati, lapit agad ang floor manager para sabihin na may naghihintay sa kanya sa VIP room.

"Yvonne, hinihintay ka sa VIP room." Ang sabi ng floor manager.

"Ok po." Ang sagot ni Clarice.

Simula ng maranasan niya ang double-penetration sa shooting ay laging mainit ang katawan niya kaya hinahanap-hanap niya iyon. Kung dati sa sa likod bahay lang siya nagpapadaan sa halagang 6k, ngayon ay ikinukuskos na niya ang hiyas sa kaniig.

Presyo na ng prostitute ang bayad sa kanya ngayon. Ang pinagkaiba nya lang sa mga ito, hindi siya mapasok ng mga customers.

Pagdating niya sa VIP room ay agad siyang tumabi sa customer at magiliw na nakipag-usap dito.

"Totoo ba na virgin ka pa at eighteen ka pa lang?" Tanong ng lalaki.

"Opo." Mahinhin na sagot ni Clarice.

"Magpapa-devirginize ka ba sa akin?" Tanong nito.

"Naku hindi po. Kuskos lang at sa likod bahay." Sagot ni Clarice.

Nag-iinit na si Clarice at unti-unting nagta-take over ang wild side niya.

"Talaga lang ha?" Nakangiting sabi ng lalaki at sinumulang hubaran si Clarice na hindi tumanggi.

Sa isip niya, kikita na siya at mag-eenjoy pa.

Inihiga ng lalaki si Clarice sa sofa at ibinuka ang mga hita. Sinimsim ng lalaki ang nectar sa hiyas ni Clarice na siya nitong halos ikabaliw. Hinawakan ni Clarice ang ulo ng lalaki para idiin ang hiyas niya dito.

Maya-maya ay itinapat ng lalaki ang armas niya sa mukha ni Clarice na agad nitong isinubo at ginamit ang kakaiba niyang talent. Napatirik ang mata ng lalaki sa husay ni Clarice. Hindi niya akalain na ang isang birhen ay ganito kahusay sa pagpapaligaya sa lalaki.

Pagkatapos ay pumuwesto sa ibabaw ng lalaki si Clarice at ikinuskos ang hiyas sa kahabaan ng lalaki.

Pinabayaan ng lalaki si Clarice na mag-urong sulong sa kahabaan niya. Sarap na sarap si Clarice sa ginagawa niyang pagkuskos ng sandata ng lalaki sa hiyas niya.

Alternate ang ginawa niya sa pagkuskos ng hiyas sa kahabaan ng lalaki at pagpapapasok ng ari ng lalaki sa pintuan niya sa likod kaya naman gulat na gulat ang kapareha sa husay ni Clarice. Precise ang pagkakapasok ng sandata ng lalaki sa pintuan ni Clarice sa likod pagkatapos ikuskos ang hiyas niya dito.

Sarap na sarap si Clarice sa ginagawa niya at minsan ay medyo tumatama sa butas ng hiyas niya ang sandata ng lalaki kaya natutukso siyang upuan ito para pumasok sa kanya.

Hindi man makapasok ay sapat na ang pagpapalit-palit sa pagkuskos sa ari ng lalaki at pagpasok sa likuran niya para masarapan si Clarice kaya maya-maya lang ay nilabasan na siya. Nang maramdaman ng lalaki ang lalong pagdulas ng hiyas ni Clarice ay alam nitong nilabasan na ang dalaga.

Napaungol si Clarice pagkatapos habang labas-passok ang lalaki sa likod nito ang sandata nito at doon magpalabas.

Napayakap si Clarice sa lalaki nang matapos ito at unti-unting nagliwanag ang isipan. Nakaramdam ng matinding hiya si Clarice nang humupa ang kakaibang init sa katawan niya at kaagad na tumayo at nagbihis.

"Saan ka pupunta" Tanong ng lalaki.

"May show pa po ako. Kailangan ko pong bumalik sa stage." Ang nahihiyang sagot ni Clarice.

"Ganun ba? Oh sige. Eto talent fee mo. Hindi ako makapananiwala na expert ka pero virgin pa!" Ang sabi ng lalaki at humalik kay Clarice.

Hiyang-hiya si Clarice sa sinabi ng lalaki at lumabas sa VIP Room tapos ay deretso sa dressing room.

Pagdating sa dressing room ay pigil ang luha niya.

"Bakit ba hindi ko mapigil ang sarili ko at hinahanap-hanap ko lagi yun?" Tanong niya sa sarili.

Kinabukasan.............

Naulit muli ang eksena sa VIP room sa ibang lalaki sa halagang 10k ulit.

Muli ay nag-take over ang wild side ni Clarice at bigay na bigay siya para paligayahin ang customer....o ang sarili.

Nasasanay na si Clarice sa ganoong set-up pero natatakot pa din siyang mabasag ang virginity niya kahit minsan ay handa siyang mabasag ito.

Hindi siya pokpok pero nagiging ganoon na siya ngayon. Ang pinagkaiba nya lang, birhen siya

May mga gustong ilabas siya at sa hotel pero natatakot si Clarice dahil hindi nya kontrolado ang sitwasyon at walang tutulong sa kanya kung kinakailangan.

Pero minsan ay naiisip niyang sumama lalo na kapag aroused siya dahil na rin sa hindi pa siya napapasok sa motel. Parang na-excite siya na masubukan iyon.

Sa huli, nananaig pa din ang katinuan niya laban sa init na nararamdaman at nahihiya siya sa sarili kapag naiisip iyon.

Matindi ang arousal ni Clarice noong gabing iyon kaya matapos labasan ay bitin pa din siya. Yun lang, magsasarado na ang bar at wala na din mag-table sa kanya sa VIP room kaya nag-decide na siyang umuwi

Habang naglalakad papunta sa bahay na tinutuluyan ay may isang kotse na huminto sa tabi niya.

"Ikaw si Yvonne di ba?" Tanong ng lalaki.

Nagulat si Clarice. Hindi niya kilala ang lalaki pero tinawag siyang Yvonne. Ibig sabihin, nagpupunta sa bar ang lalaki.

"Opo. Bakit po?" Inosente niyang tanong.

"Pwede ka ba ngayon? Sa hotel. 15k." Sabi ng lalaki.

Nagulat si Clarice. Malaki iyon. Saglit na nag-isip si Clarice. Panibagong kita iyon at medyo guwapo ang lalaki. Malaking tulong ang 15k at higit sa lahat....bitin siya. Pero hotel yun at delikado baka pilitin siya.

"Virgin pa po ako. Hindi po pwede sa harap pero pwede niyong gawin lahat ng gusto niyo sa akin kahit sa likod-bahay basta huwag lang po sa harap." Ang nahihiyang sabi ni Clarice.

"No problem! Hop in!" Sabi ng lalaki.

Agad na sumakay si Clarice at dumeretso sa hotel. Pagdating doon ay agad naghubad ang dalawa habang naghahalikan. Mahusay humalik ang lalaki kaya naman naging agresibo din si Clarice. Halos tumirik ang mata ni Clarice nang simsimin ng lalaki ang bulaklak niya na dinadaluyan na ng nectar.

Maya-maya pa ay bigay na bigay si Clarice habang ikinukuskos ang hiyas sa lalaki. Hindi naman makapaniwala ang lalaki sa husay ni Clarice kaya naman lahat ng posiyon ay ginawa nito sa dalaga.

Dahil sa sobrang ligaya ay hindi namalayan ni Clarice na nagpaubaya siya. Nasa missionary position sila nang itutok ng lalaki ang sandata niya kay Clarice at walang sabi-sabing pinasok siya.

Napaigtad si Clarice sa sakit na naramdaman nang bahagyang pumasok ang ulo nito sa bukana niya. Natakot siya dahil wala siyang laban sa lalaki at walang makakatulong sa kanya.

"Huwag po! Bunutin nyo yan! Wala sa usapan yan!" Ang sabi ni Clarice na nagpupumiglas.

"Nagpabayad ka at enjoy ka naman. Promise, gentle lang ako." Sabi ng lalaki at nag-urong sulong kay Clarice.

Naramdaman ng lalaki na may nakaharang kaya pinilit niya itong ibaon pero parang may pader. Inulit niya pero hindi talaga makalusot. Doon niya nakumpirma na birhen pa talaga si Clarice at lalo siyang na-excite.

Natakot si Clarice kaya nag-muscle control siya ng todo nang maramdaman niya ang pagpupumilit ng lalaki. Medyo nakaramdam siya ng sakit at nag-aalala siyang baka may mapunit kaya itinulak niya ang lalaki habang sinisikipan niya ang hiyas sa pamamagitan ng muscle control.

Dahil sa excitement ng lalaki ay pinilit lalo ng lalaki na ibaon ito ng todo. Naramdaman ni Clarice na binubuksan nito ang bukana ng hymen niya pa para bang isang rim ng sasakyan na pilit ipinapasok sa loob ng gulong.

Nakaramdam si Clarice ng takot pero at the same time, my thrill na naramdaman. Hindi niya maintindihan ang sarili. Nasaktan si Clarice at pilit na lumaban nang ilabas-pasok ng lalaki ang sandata nito. Dahil kanina pa aroused ay nilabasan din si Clarice kahit na nasasaktan.

Naramdaman ng lalaki ang pagsikip ng hiyas ni Clarice kaya binilisan nito. Dahil sa sobrang gigil at excitement, agad na nilabasan ang lalaki.

Nakahinga ng maluwag si Clarice nang matapos ang lalaki. Medyo makirot ang hiyas niya ng matapos yun pero alam niyang hindi nagtagumpay ang lalaki.

Maaasahan talaga ang super hymen niya. Prinotektahan ang pagkabirhen niya ng oras na iyon.

Muntik na siya. Kung matibay lang ang resistensiya ng lalaki at tumagal ng ilang minuto ay pwedeng bye-bye virginity na siya.

"Talaga palang virgin ka pa! Ang sikip mo sobra! At ang tibay ng hymen mo. Hindi ako makapasok parang may batong nakaharang!

Masuwerte ang makakabasag sa iyo. At ibang klase ka, sarap na sarap ka!" Sabi ng lalaki sabay abot ng 16k. May bonus na 1k pa.

Kinuha ni Clarice ang pera at hindi makatingin sa mata ng lalaki. Hindi niya maintindihan ang sarili bakit ganoon ang nararamdaman niya na sarap na sarap kahit nasasaktan kaya hiyang-hiya siya sa reaksyon niya.

Inihatid siya ng lalaki sa kanto papunta sa tinutuluyang bahay at hindi na pumayag na maihatid pa siya. Ayaw niyang malaman nito kung saan siya tumutuloy.

Sa loob ng bahay, naligo siya at nagbihis. Nang humiga siya ay tumulo ang luha niya dahil ibinaba niya ang sarili sa putikan dahil sa pera.....at pagnanasa.

Hindi niya na kilala ang sarili. Isa siyang beauty queen na iginagalang sa lugar nila at kinaiinggitan ng mga kababaihan. Maraming lalaki ang humahanga sa kanya pero bakit ganito siya ngayon?

Nagpapabayad siya para magpaligay ng mga lalaki pero ang mas masahol, gusto niyang gawin ito dahil naliligayahan din siya.

Naisip niya na mababang uri na siya ng babae ngayon kahit na walang nakakaalam sa mga kakilala niya.

Nagdesisyon siyang umuwi muna sa Meycauayan para malinawan ang sarili.

KABANATA 21

K*inabukasan......*

Bumiyahe si Clarice mul Angeles papunta sa Meycauayan. Pagdating ni Clarice sa kanilang bahay sa Meycauayan para sa kanyang weekend vacation, agad siyang nalungkot nang makita ang nanay niyang nakahiga at tila nanghihina. Matapos ang inabot nitong atake sa puso, kapansin-pansin ang pagpayat at panghihina ng katawan.

"Anak, kumusta ka na? Kumusta naman ang trabaho mo?" tanong ng ina niya, pilit pinapakita ang ngiti kahit bakas ang pagod sa mukha.

"Oo, ayos lang po, Inay. Masaya ako sa trabaho ko," sabi ni Clarice, pilit na masigla ang boses.

Ngunit sa loob-loob niya, may ibang tinutukoy ang ina. Oo, masaya siya sa restaurant na trabaho niya tuwing araw... pero mas totoo, mas lalo siyang nasisiyahan sa bawat gabi sa bar kung saan siya nagtatrabaho bilang stripper...at bilang birheng pokpok.

Kinahapunan, nakipagkita siya sa matalik niyang kaibigan na si Izza. Nakita agad ni Izza ang lungkot sa mga mata ni Clarice.

"Huy, wag kang masyadong malungkot. Nandito kami para sa'yo. Kailangan mong maging matatag para sa nanay mo," sabi ni Izza sabay yakap sa kanya.

"Oo nga, salamat, Izza. Sobrang halaga ng suporta niyo sa'kin," sagot ni Clarice, ngayon ay napangiti na rin.

Nagpatuloy ang usapan nila at nagbiruan. Sa gitna ng tawanan, biglang nagbiro si Izza.

"Baka naman nagsimula ka na sa installment process, ha?" sabi nito sabay tawa.

Biglang namula si Clarice.

"Naku, sana nga..." sagot niya sabay kindat na parang biro.

"Hahaha! Uy sama ako kapag nagsimula ka na ha?" tugon ni Izza habang tawa nang tawa.

"Oo ba!" Ang sagot ni Clarice na nakatawa.

Pero sa isip ni Clarice, totoo ang sinabi ng kaibigan niya. Nagsimula na nga ang tinutukoy nitong "installment process"—ang unti-unting pagbasag sa pagkabirhen niya. Isang sikreto na siya lang ang nakakaalam, at ayaw niyang malaman ng kahit sino, lalo na ng mga kaibigan niya.

Sa isip niya, kailangan niya ito, ang installment process, kailangan niya dahil sa pera at para hindi siya masaktan ng todo kapag ibinigay niya ang pagkabirhen niya sa lalaking mapapang-asawa niya.

Kapag naiisip niya ang mga lalaking nagpakasawa sa kanya ay hindi siya makapaniwala na mahigit sampung lalaki na pala ang nakatikim sa alindog niya pero nananatili pa rin siyang birhen.

"Alam mo, kung ako ang katulad mo na maganda na, supergirl pa ay malamang gabi-gabi ay may installment process ako.." Bulong ni Izza na may pagkapilya.

"Ang landi-landi mo talaga!" Ang tugon ni Clarice na nakatawa.

Pero sa isip ni Clarice, nagawa na niya yun. Dalawang lalaki pa nga sa isang gabi.

Naglakad-lakad pa sila at nakasalubong ang ilan pa nilang kabarkada. Habang nagkukuwentuhan, napansin ni Clarice na abala ang ilan sa kanila sa pag-aaral, may mga dala pang libro at notes.

"Grabe, sipag niyo. Sana all," sabi ni Clarice habang nakatingin sa kanila.

"Eh ikaw, Clarice? Balak mo pa bang tapusin ang college?" tanong ng isa.

"Oo, gusto ko pa," sabi ni Clarice sabay pilit na ngiti.

Ngunit sa isip-isip niya, biglang bumigat ang dibdib. Paano? Ilang gabi pa? Ilang lalaki pa ang kakailanganin bago ko matupad ang pangarap na 'yon? Ilang installment process pa?

Habang tawa nang tawa ang barkada niya sa mga biro, si Clarice ay tahimik na nagbibilang sa kanyang isip. Kung gaano pa karaming pagsubok ang kailangan niyang kayanin, kung gaano karaming gabi ang kailangang gugulin para makapagtapos.

Pero sa kabila ng lahat, isang bagay ang malinaw sa kanya—hindi siya titigil.

Lunes.......

Madaling araw ay bumiyahe si Clarice pabalik ng Angeles City para pumasok sa restaurant.

Pagdating sa boarding house ay nakita niyang nakangiti ang security guard sa kanya at binati siya nito.

"Good morning Yvonne!" Ang bati nito. Ang guard ay ang guwardiya sa restaurant at bouncer naman sa Love Boat bar sa gabi kaya kilala nito lahat ng mga strippers sa bar.

"Good morning kuya." Bati niya rin.

May kaguwapuhan ang guwardiya at palabati pero kita dito na medyo may kahinaan ang kukote. Magiliw ito at mukha namang mabait. Nitong mga nakaraang mga araw ay nakikipagbiruan na ito kay Anne at sa kanya.

Yvonne ang pakilala ni Clarice sa pinagtratrabahuhan niya dahil ayaw niyang malaman nila ang tunay niyang pagkatao.

"Ammm...Yvonne, nasabi sa akin ng floor manager na virgin ka pa daw. Papaano mo nagagawa yun?" Ang tanong ng lalaki.

Hindi maintindihan ni Clarice ang tanong ng lalaki.

"Anong ibig mong sabihin kuya?" Nagtatakang tanong ni Clarice.

"Nagpapabayad ka pero virgin ka pa. Paano yun? Curious lang ako." Sabi nito na walng kagatol-gatol.

Nagulat si Clarice sa tanong ng lalaki. Medyo nahiya.

"Ah...eh...sa likod bahay ang daan nila." Nahihiyang sabi ni Clarice.

"Kapag all the way ang alam ko eh 8k to 10k. Eh yung sa iyo sa likod ang daan. Eh di ibig sabihin mas mura. Tama ba?" Tanong ulit ng lalaki.

"Eh...ganoon na nga. 6k pero sa likod ang daan." Nahihiyang sagot ni Clarice.

"Naku 3k lang ang pera ko. Saan makakarating to?" Pilyong tanong ng lalaki.

Nag-isip si Clarice. Nagpapabayad siya para makaipon. Pinagsawaan siya pero birhen pa rin siya. Muntik pang mawala ang pagkabirhen niya sa halagang 16k. 800 pesos ang sweldo niya kada araw bilang waitress at P2k naman bilang stripper. Malaking bagay din ang 3k.

Nakaramdam na naman ng arousal si Clarice.

"Sama ka sa akin sa kuwarto kuya. Pwede na yan pero hindi ka pwede sa likod bahay. Konti lang ang pwede mong gawin." Seryosong sabi ni Clarice.

"Oh sige! Tara na!" Sabi ng guard at agad na umakyat ang dalawa sa kuwarto.

Pagdating sa loob ay agad naghubad ang security guard.

"Opps! Hindi pwede. Hindi ka pwede sa likod bahay." Ang sabi ni Clarice.

"Eh papano?" Nagtatakang sago ng guard.

Makalipas ang ilang minuto.....

Pabiling-biling ang ulo ni Clarice habang abala ang bibig ng lalaki sa pagsimsim ng bango sa bulaklak ni Clarice. Dahil konti lang ang pera niya ay eto lang ang pwede. Sa isip ni Clarice ay kumita na siya, nag-enjoy pa siya.

Tuwang-tuwa naman ang lalaki dahil dalawang beses dumaloy ang nectar sa sariwang bulaklak ni Clarice. Sinasabayan ng lalaki sa pamamagitan ng pagpapaligaya sa sarili ang ginagawa niya kay Clarice.

Sumabay ang lalaki kay Clarice matapos makarating sa pangatlong orgasm si Clarice.

"Linisin mo yang kalat mo kuya bago ka umalis." Simpleng sabi ni Clarice at nagpunta sa banyo para maligo.

KABANATA 22

N*ang hapon na iyon.....*

Habang nagpapahinga si Clarice sa kwarto matapos ang trabaho sa restaurant, biglang nag-ring ang kanyang cellphone. Naka-flash sa screen ang pangalan ng floor manager mula sa Love Boat Bar.

"Clarice," sabi ng boses sa kabilang linya, "pinapatawag ka ni boss Diego. Gusto kang makausap, personal."

Medyo kinabahan si Clarice. Hindi niya alam kung bakit siya tinatawag ng may-ari mismo ng bar. Pero dala ng takot na baka may problema, agad siyang nagbihis at nagpunta roon.

Pagdating niya sa opisina ng may-ari, sinalubong siya ng isang matikas na lalaki na nasa late forties. Tahimik, matalim ang titig, pero may aura ng kapangyarihan at pera.

"Maupo ka, Clarice," sabi nito habang tinuturo ang upuan sa tapat ng kanyang mesa.

Umupo si Clarice, hindi mapakali. "Boss, may nagawa po ba akong mali?"

Umiling ang lalaki at ngumiti. "Wala. Sa totoo lang, iba ka. Simula nang sumali ka rito, napansin kita. At hindi lang ako. Lahat ng customer, pero lalo na ako."

Napalunok si Clarice. "Po?"

"Alam kong espesyal ka," sagot ng lalaki, nakasandal sa upuan. "Alam kong birhen ka pa."

Biglang namutla si Clarice. "P-paano niyo po nalaman 'yan?"

Umiling lang ang lalaki, may misteryosong ngiti. "Huwag ka nang magtaka. Alam ko lahat ng nangyayari dito sa bar ko. Kita sa kilos mo, sa mga mata mo. At iyon ang dahilan kung bakit kita tinatawag."

Huminga siya nang malalim bago nagpatuloy.

"Clarice, gusto kita. Gusto kitang gawing babae ko. Ako lang. Hindi ka na makikipaglandian sa loob ng VIP room, hindi ka na hahawakan ng ibang lalaki. Ako lang."

Nanlaki ang mata ni Clarice at agad umiling. "Hindi po puwede, boss. Ayokong mawala ang pagkabirhen ko."

Tumawa nang mahina ang lalaki. "Hindi ko kukunin ang pagkabirhen mo. Pangako 'yan. Hindi ko sisirain ang mahalagang bagay na 'yon para sa'yo. Pero, Clarice..." lumapit siya nang bahagya, "may ibang daan. May ibang paraan para magkasama tayo nang mas malapit, nang hindi kita pinapasok sa pintong ayaw mong buksan. Gagayahin ko yung ginawa ng mga customers mo."

Namula ang pisngi ni Clarice, halos hindi makahinga. Alam niya ang ibig sabihin ng lalaki.

"Kapag pumayag ka," dagdag ng Diego, "bibigyan kita ng allowance na isang daang libo kada buwan. Aalagaan kita. Hindi ka na mag-aalala para sa gamot ng nanay mo, hindi ka na magpapakapagod. Ang kapalit, simple lang: akin ka lang. Wala kang ibang lalaki. Pwede ka pa din magsayaw kung gusto mo pero huwag kang magpapagalaw sa iba."

Matagal na natahimik si Clarice. Naglalaban ang isipan niya, laban sa pangarap na magkaroon ng seguridad para sa pamilya. Naalala niya ang nanay niyang may iniinom na gamot araw-araw, at ang bigat ng gastusin na hindi niya kayang tustusan mag-isa.

At least kay Diego. hindi siya malalaspag ng kung sino-sinong lalaki. Hindi na niya ibababa pa ang pagkatao niya.

"Sigurado po kayo..." mahina niyang tanong, "...na hindi niyo sisirain ang pagkabirhen ko?"

Tumango ang lalaki, seryoso ang tingin. "Clarice, hindi ko gagalawin 'yan. Pero magiging akin ka, at ako lang ang lalaking papayagan mong pumasok......sa buhay mo... sa ibang paraan."

Napapikit si Clarice, hinigpitan ang hawak sa laylayan ng kanyang palda. Sa wakas, bumuntong-hininga siya. Ito ang kailangan niya, lifeline

"O-okay... pumapayag ako," bulong niya, halos hindi marinig.

Ngumiti ang may-ari, halatang nasiyahan. Tumayo siya, nilapitan si Clarice, at marahang hinawakan ang kanyang baba. "Magandang desisyon, Clarice. Simula ngayon, akin ka na."

Nanginginig si Clarice nang tumayo at yumuko. "Ang mahalaga... ligtas pa rin ako. At may gamot na si Mama."

"Eto ang allowance mo. Kunin mo mamaya ang mga gamit mo at sa bahay ka na matutulog." Sabay abot nito ng 100k sa kanya.

Gulat na gulat si Clarice. Akala niya ay sa katapusan pa ng buwan ang bigay at natuwa siya.

"Pero siyempre, patikim muna sa iyo." Sabi ni Diego at inakay si Clarice sa loob ng private room niya.

"Ahmmm...Diego, basta sa likod na pintuan lang ha? Huwag sa harap. Kahit kuskos bawal. Ipangako mo yan." Sabi ni Clarice pagkapasok sa kuwarto.

"Oo." Sabi nito at hinalikan si Clarice.

Brusko si Diego. Mukhang sanggano at hindi kaguwapuhan pero malinis sa katawan pero may aura na disente, pero hindi niya type.

Maya-maya pa labas-pasok si Diego sa pintuan sa likod bahay niya. Dahil hindi niya type si Diego ay para siyang pinaparusahan. Hindi siya nasasaktan pero hindi rin siya nag-eenjoy sa labas pasok nito sa pintuan niya sa likod.

Kahit pumikit siya at isipin si Nick ar Robin ay ayaw nya pa din ma-arouse kahit mahusay ang bibig nito sa ginagawa sa hiyas niya. Mas nasarapan pa siya sa guwardiya kanina.

Pagkatapos ay lumabas siya ng opisina, dama niya ang bigat sa dibdib. Pero sa kabila ng guilt at takot, may kapirasong gaan—dahil alam niyang may kasiguraduhan na ang kinabukasan nilang mag-ina.

Kinabukasan....

Doon na siya sa bahay ni Diego tumuloy. Kinahapunan ay nakasuot siya ng simpleng bestida, pero ramdam ang kaba sa bawat hakbang habang papasok sa isang pribadong silid sa itaas ng bar.

Tahimik ang lugar, may dim light, at malamig ang hangin mula sa aircon. Sa mesa, nakahanda ang mamahaling alak at pagkain. Nang pumasok siya, nandoon na ang may-ari, nakaupo at nakangiti.

"Halika, Clarice," anyaya nito habang itinuturo ang upuang katabi niya.

Umupo si Clarice, pinipilit maging kalmado kahit ramdam niya ang mabilis na tibok ng puso.

"Hindi mo kailangang matakot," sabi ng lalaki, marahang hinawakan ang kanyang kamay. "Pangako ko sa'yo, hindi ko sisirain ang virginity mo."

Napakagat-labi si Clarice at tumango. "Alam ko... Diego. Kaya nga ako pumayag."

Nagsimula ang gabi sa malumanay na pag-uusap. Tinagayan siya ng red wine, kinumusta ang kanyang pamilya, lalo na ang nanay niya. Tila ba gusto munang paluwagin ng lalaki ang pakiramdam ni Clarice bago simulan ang mas maselang bahagi.

Pagkaraan ng ilang sandali, dahan-dahan siyang niyakap ni Diego. Mainit ang palad nito sa kanyang balikat, at bago pa man siya makatanggi, marahan na siyang hinalikan sa noo, pababa sa pisngi, at sa labi.

At inulit nila ang ritwal na ginawa nila kahapon.

"Ang swerte ng mapapang-asawa mo Clarice! Isa kang birhen na eksperto sa sex!" Ang sabi ni Diego habang nagpapakawala ng lakas niya sa likurang pintuan ni Clarice.

Pagkatapos, nanahimik siya. Nakatitig lang sa kisame, pigil ang luha.

"Bakit ka umiiyak?" tanong ng may-ari, marahang hinahaplos ang kanyang buhok.

Umiling si Clarice, pinipilit ngumiti. "Hindi ko alam... Siguro... guilty lang ako. Pero ang mahalaga... birhen pa rin ako."

Ngumiti ang lalaki at hinalikan siyang muli sa noo. "At mananatili kang ganyan hangga't gusto mo. Walang magbabago sa pangako ko."

Napapikit si Clarice, humigpit ang yakap sa lalaki. Kahit may bigat sa dibdib, dama niya ang kakaibang kaligtasan—at ang katiyakan na simula ngayon, may taong magtataguyod sa kanya at sa kanyang pamilya.

KABANATA 23

L*umipas ang mga araw at mga linggo......*

Parang naninibago si Clarice sa takbo ng kanyang buhay. Wala na siyang iniintindi sa bayarin, sa gamot ng kanyang ina, at kahit sa pagkain nila araw-araw.

Ngunit kapalit nito, gabi-gabi siyang tinatawag sa silid ni Diego. Doon, nag-uumpisa sila sa hapunan, may mamahaling alak, at mahahabang pag-uusap. Unti-unti, nakasanayan ni Clarice ang presensya ng lalaki.

Nang gabing iyon, nakasuot siya ng manipis na silk na bestida na binili mismo ni Diego para sa kanya. Nang makita siya ng lalaki, agad itong ngumiti.

"Mas lalo kang gumaganda, Clarice. Parang ikaw lang ang ilaw dito sa lugar na ito."

Napayuko si Clarice, nangingiti. "Baka naman sobra ka sa papuri, Diego."

Tumayo ang lalaki, lumapit, at hinaplos ang kanyang pisngi. "Hindi ako nagbibiro. Ikaw na ang babae ko, at gusto kong maramdaman mo iyon."

Marahan siyang hinalikan, mas banayad kaysa noong unang gabi. Pero sa bawat segundo, naramdaman ni Clarice na lumalambot ang kanyang pag-aalinlangan. Ngayon, hindi na siya naninigas sa kaba—bagkus ay kusa na siyang yumakap pabalik.

Nang ipahiga siya sa kama, hindi na siya tulad ng dati na halos hindi makagalaw. Ngayon, siya na mismo ang humaplos sa dibdib ng lalaki, mahina ngunit malinaw ang pahiwatig na handa siyang magpaubaya.

Ngumiti ang lalaki at hinaplos ang kanyang hita. Sinimsim nito ang init ng hiyas sa papapagitan ng mga labi niya.

At doon nagsimula muli ang kanilang gabi—mas mainit, mas malalim, at mas matagal. Paulit-ulit siyang ginamit ni Diego simula noong unang gabi niya pero hindi siya nakarating sa dulo.

Nagtataka din si Clarice kung bakit hindi siya nag-eenjoy kay Diego pero umaarte siya na nagugustuhan niya ang ginagawa ni Diego para na rin ma-satisfy ito.

Sa isip niya, mabuti ito at bumabalik sa dati ang pagkatao niya. Kung lagi siyang nsasarapan ay baka nawala ang ang virginity niya dahil lagi silang magkasama ng lalaki.

Unti-unti ay bumabalik ang original na si Clarice, hindi yung wild na alter-ego niya.

Naisip ni Clarice na hindi niya kailangan ng installment process. Kahit masakit ay ibibgay niya sa mapapang-asawa ang virginity niya.

Ang mapapang-asawa niya ang gagawa ng installment process sa kanya. Sa piling ni Diego, hindi aatake ang matinding arousal niya kaya mapre-preserve niya ang virginity niya.

"Ang sarap-sarap mo Clarice! Ang swerte talaga ng mapapang-asawa mo!" Sabi ni Diego nang matapos.

Pagkatapos ng lahat, nakahiga si Clarice sa dibdib ng lalaki, hinihingal at pawis na pawis.

Tahimik ang silid, tanging tibok ng kanilang mga puso ang maririnig. Dahan-dahang pumatak ang luha ni Clarice, kahit pinipigilan niya.

"Bakit ka umiiyak na naman?" tanong ni Diego, marahang hinaplos ang kanyang buhok.

Umiling si Clarice, nakangiti kahit may luhang dumaloy. "Hindi ko alam... Siguro dahil hinango mo ako sa putikan, pero at the same time... guilty ako. Hindi ko alam kung tama pa ba ang ginagawa ko."

Hinalikan siya ng lalaki sa noo. "Walang mali, Clarice. birhen ka pa rin. At mananatili iyon hangga't gusto mo."

Niyakap siya ni Clarice nang mahigpit, pilit na tinatago ang pagkalito ng kanyang damdamin. Birhen pa rin siya—pero kerida na siya ngayon.

Sa loob ng ilang lingo simula nang maging babae siya ni Diego ay nasanay na si Clarice sa routine. Waitress sa umaga, stripper sa gabi at parausan ni Diego kapag kailangan.

Madalas din siyang isama ni Diego kung saan-saan na para bang mag-asawa. Kahit papaano ay gumagaan ang pakiramdam ni Clarice. At least nakawala siya sa pagiging birheng pokpok.

Isang araw.....

Inaya si Clarice ni Diego sa isang kakaibang lakad. Hindi sa bar, hindi sa kanilang pribadong silid, kundi sa mountain climbing.

Natuwa si Clarice, pero hindi na siya nagdalawang-isip. Matagal na rin niyang hindi nararanasan ang ganitong klase ng pakikipagsapalaran.

Kasama nila ang dalawang kaibigan ng Diego, kapwa may dalang mga nobya. Naging tatlong pares sila, naglakad pataas ng bundok, may dala-dalang backpack at gamit para sa overnight.

Habang umaakyat, pinagmamasdan ni Clarice ang mga punong naglalakihan, ang mga ulap na unti-unting lumalapit habang tumataas sila, at ang malamig na simoy ng hangin na dumadampi sa kanyang balat.

"Ang ganda, Diego..." bulong niya.

Ngumiti ang lalaki. "Mas maganda ka kaysa sa tanawing ito, Clarice."

Pagsapit ng gabi, nagtayo sila ng tent. Ang dalawang pares na kasama nila ay abala sa pagluluto at paghahanda ng apoy. Si Clarice at si Diego ay naupo nang magkatabi, pinagmamasdan ang papalubog na araw hanggang sa dumilim at magsimulang magningning ang mga bituin.

"Clarice," bulong ng lalaki habang nakapatong ang braso sa kanyang balikat, "ito ang mga gabing gusto kong makasama ka. Walang ingay, walang ilaw ng lungsod—tayo lang, at ang kalangitan."

Nang pumasok sila sa tent, malamig ang paligid. Nagsiksikan sila sa kumot para magpainit. Ngunit hindi lamang lamig ang kanilang naramdaman—kundi init na unti-unting umaakyat sa kanilang mga katawan.

Nagsimula ang lahat sa isang mahabang halik, mas banayad kaysa dati, pero may halong lambing at pananabik. Sa labas, rinig ang mahihinang tawanan ng mga kaibigan, pero sa loob, sila lamang ang naroon—puno ng bulungan at halinghing.

"Clarice..." bulong ng Diego, "dito sa ilalim ng mga bituin, gusto kong dalhin ka sa langit."

Para kay Clarice, kakaiba ang pakiramdam. Hindi dahil kay Diego, kundi dahil sa lugar—ang malamig na simoy ng hangin, ang mga bituin na saksi sa kanilang kasalanan at ligaya, at ang takot na baka marinig sila ng mga kasama.

"Ang swerte talaga ng mapapang-asawa mo!" Ang bulong ni Diego.

"Diego... baka marinig nila tayo..." bulong niya habang nakapikit.

Ngumiti ang lalaki at hinalikan siya muli. "Hayaan mo na, Clarice. Ang mahalaga, masaya ka."

For the first time simula ng maging kerida siya ni Diego ay nilabasan si Clarice. Ang atmosphere ng bundok at ang isipin na may makakahuli sa kanila ang nagbigay ng thrill and excitement kay Clarice.

Yung ganito ang hinahanap niya. Thrilling adventures. Mas delikado, mas Masaya.

At doon, nakatulog silang magkayakap, habang binabantayan ng mga bituin ang kanilang ipinagbabawal ngunit matamis na pagsasama.

Tahimik ang gabi.....

Namatay na ang apoy sa campfire at tanging ilaw ng buwan ang pumapasok sa mga tent.

Sa dilim, dahan-dahang lumapit ang dalawang kaibigan. Kanina pa nila nilagyan ng sleeping gas sina Diego at Clarice para siguradong mahimbing ang tulog.

Tahimik nilang sinilip ang tent. Naroon sina Clarice at Diego, parehong mahimbing ang tulog.

"Dahan-dahan lang," pabulong na sabi ng isa.

Maingat nilang ginalaw si Diego para bigyang puwang ang totoong target—si Clarice. Wala itong kamalay-malay nang alisin nila ang kumot sa kanya.

Napalunok ang lalaki habang pinagmamasdan si Clarice. Matagal na niyang pinagnasaan ang pagkakataong ito. Alam niyang birhen pa si Clarice, dahil minsan ay nakapagbulgar si Diego habang nag-iinuman.

Habang nagbabantay ang ang isa, ang isa naman ay nagpatuloy sa kanyang madilim na balak. Hinayaan niyang gumalaw ang kamay at labi niya sa katawan ng tulog na babae. Sa likod-bahay dumaan ang lalaki dahil naikwento ni Diego noong minsang nalasing ito na birhen pa si Clarice at doon lang ang tanging daanan.

Hindi nagtagal, nagbigay ng kaunting reaksyon si Clarice—mga ungol na galing sa katawan na wala sa kanyang kontrol.

Nagtangka ang lalaki na pasukin ang hiyas ni Clarice pero may nakaharang at natatakot din siya na mabasag ng tuluyan si Clarice dahil siguradong malalaman nito paggising. Makakasuhan siya ng rape. Hanggang sa marating niya ang sariling kasukdulan. Pagkatapos ay nagbihis siya na parang walang nangyari.

"Ikaw na pare," bulong niya sa kasama.

Sumunod ang lalaki, mas marahas at hindi kasing ingat ng nauna. Nagtangka din ito na basagin si Clarice pero matibay talaga ang security lock. May naisip ito. Sinubukan nitong i-finger si Clarice kaya dahan-dahan nitong pinasok ang daliri sa walang kamala-malay na hiyas ni Clarice.

Pero dahil may bakas pa si Clarice ng ligaya kanina, madulas ang loob niya at nakabuka na ang opening ng hymen niya. Ingat na ingat ang lalaki sa pagpasok ng daliri niya dahil baka masaktan si Clarice.

Nang marating ng daliri ang hymen ay ramdam ng lalaki na makapal ito pero nakapa niya na medyo nakabuka ito. Dahan-dahan niyan ibinaon ang daliri na nagpabuka sa makipot na hymen ni Clarice.

Napaigtad si Clarice tanda na medyo nasaktan ito kaya naging maingat ang lalaki. Dahan-dahan at urong-sulong ang ginawa nito para hindi magising si Clarice at unti-unti ay nakakapasok ang daliri nito sa hymen ni Clarice.

Hanggang sa naipasok ng lalaki ang buong hintuturo niya sa pagkababae ni Clarice. May pagka-elastic ang hymen ni Clarice at nabatak ito sa maximum safe level na hindi sapat para mapunit ang hymen. Inilabas-pasok ng lalaki ang daliri niya sa pagkababae ni Clarice at ramdam ng lalaki ang sikip at kapal ng hymen niya.

Ingat na ingat siya dahil baka mapunit ang hymen at magising si Clarice. May sampung minuto din naglabas-pasok ang daliri nito sa hiyas ni Clarice at maya-maya ay naramdaman niyang parang pinisil ang daliri niya.

Nilabasan si Clarice habang natutulog.

Hindi agad maialis ng lalaki ang daliri niya dahil bigla itong sumikip nang labasan si Clarice. Pakiramdam niya ay may pumipisil ng mahigpit sa daliri niya. Mahigpit ang pagkakapisil ng vaginal muscle ni Clarice sa daliri ng lalaki matapos labasan kaya hindi ito mabunot ng lalaki. Natakot ang lalaki na baka magising si Clarice kapag binigla.

Matapos ang ilang minuto, nabunot niya ang daliri at tinakpan muli si Clarice, inalis nila ang lahat ng bakas.

Walang kaalam-alam si Clarice, may nakapagbukas ng hymen niya ng oras na iyon. Napasok ng daliri ang pagkababae niya at walang kaalam-alam si Clarice. Muntik ng mabasag ang iniingatan niyang pagkabirhen noong gabing iyon. Napingasan ang pagkabirhen niya pero kaunti lang. Parang gasgas. Ang dalawang lalaki ay muling naglakad palayo, pabulong na nagtatawanan.

Pagdating sa tent, napangiti ang lalaki sa nakita; may mantsa ng dugo ang daliri niya, konti lang naman.

Parte ng installment process ang ginawa niya.

KABANATA 24

Kinabukasan, Linggo...

Nagising si Clarice na ramdam ang kirot at pamamaga sa likod. Makirot din ng bahagya ang hiyas niya. Ang nasa isip niya, epekto lang iyon ng matinding gabi nila ni Diego. Hindi niya alam na may nangyaring mas masahol pa.

Napunit ng bahagya ang pagkabirhen niya ng pasukin ng mapangahas na daliri kagabi. Nagtataka siya kung bakit makirot pero walang ginawa si Diego sa hiyas niya. Naisip niya na baka malapit na ang mens niya at sa loob ng apat na araw ay pwede ng dumating iyon.

Pasikreto niyang tiningnan ang hiyas niya at napansin na may konting mantsa ang panty niya.

"Malapit na akong magka-mens." Sabi niya pagkakita sa mantsa na inakala niyang senyales ng menstruation.

Wala siyang kamalay-malay na may nakapasok sa pagkababae niya at nakapagbukas ng hymen niya kaya nagkaroon ng bahagyang pagkapunit doon na hindi niya alam.

Kasabay nilang nag-almusal ang dalawang lalaki, kunwari'y walang nangyari.

Maya-maya..........

Tahimik na nakaupo si Diego sa passenger seat ng itim na SUV, gaya ng nakasanayan niya. Katabi niya si Clarice na nakatingin sa bintana, hawak pa rin ang amoy ng pine at usok ng campfire mula sa bakasyon nila sa Bundok Banahaw. Parang nanatili pa sa buhok niya ang simoy ng bundok, halong bango ng pabango niya.

Isang weekend ng pagluluto sa apoy, pag-akyat, at pagtulog sa ilalim ng bituin—para kay Clarice, iyon ang naging matamis na pagtakas sa gulo ng lungsod. Saglit niyang nakalimutan ang komplikadong buhay niya sa baba. Saglit lang.

Biglang nag-ring ang cellphone niya. Nakita niya sa screen: Jen.

"Hello, Jen," bati niya, malambing ang tono.

"Clarice! Nasaan ka? 'Wag mong sabihing nakalimutan mo?" may halong biro pero may diin ang boses ni Jen.

"Ha? Nakalimutan ang alin?" gulat na sagot ni Clarice.

"Birthday ni Izza! Ngayon! Kanina ka pa hinihintay!"

Para siyang binuhusan ng malamig na tubig. "Ay—oo naman! Pupunta talaga ako. Dumiretso na lang ako after makauwi," mabilis niyang sabi, sabay pilit ng tawa.

"Good! Sabi ko na nga ba, hindi ka mawawala. Kita tayo!" at ibinaba agad ni Jen ang tawag.

Ibinalik ni Clarice ang phone sa bag, saka isinandal ang ulo sa upuan. Ayaw niyang magsinungaling, pero wala na siyang oras magpaliwanag.

"Diego..." mahinang sabi niya, "sa bahay na lang muna ako. Birthday ni Izza mamaya, kailangan kong dumaan."

Lumingon si Diego, bahagyang nakataas ang kilay. "Nakalimutan mo?"

Napangiwi siya. "Oo eh. Sorry. Bawi ako, promise."

Sumilay ang maliit na ngiti sa labi ni Diego. "Sige. Basta pangako iyan."

Hinawakan ni Clarice ang braso niya. "Lagi namang totoo ang pangako ko."

Pagdating nila sa tahimik na barangay ni Clarice, alas-dos pa lang ng hapon. Mainit pa ang araw. Huminto ang SUV sa tapat ng gate.

"Hindi ka ba bababa?" tanong ni Clarice.

Umiling si Diego. "Pag pumasok ako, magtatanong nanay mo. Baka mahalata na hindi lang tayo basta magkaibigan."

Ngumiti si Clarice, may halong pag-unawa. "Gets ko."

Saglit nilang nagdikit ang mga kamay bago siya bumaba. Kumaway pa siya bago tuluyang umalis ang sasakyan.

"Clarice!" bungad ng ina niya pagpasok, agad siyang niyakap.

"Hi, Ma. Pupunta ako mamaya sa birthday ni Izza," sabi niya habang inaalis ang bag.

Tumango ang ina. "Mabuti naman. Kailan ka uuwi ng Angeles?"

"Sa Miyerkules ng umaga," sagot niya, diretso.

Alas-singko na, nasa harap na si Clarice ng salamin. Suot niya ang sapphire blue na dress na mahigpit ang kapit sa kurba niya. Sa tulong ng ilaw ng vanity mirror, parang mas kumikislap ang kutis niya. Naglagay siya ng simpleng hikaw, manipis na bracelet, at huling spray ng pabango. Pagkasuot ng heels, ibang tao na ang nasa repleksyon niya—handa para sa gabi ng kasiyahan.

Pagdating niya sa venue, puno na ng tawanan at musika. May mga fairy lights sa kisame, nagbibigay ng maligamgam na glow sa paligid. Lahat ng nakasalubong niya, yakap at biro ang bati.

"Clarice!" sigaw ni Izza, naka-gown na kumikislap. "Akala ko nawala ka na sa bundok!"

Natatawa si Clarice. "Hindi ngayong gabi."

Kinaladkad siya ni Izza papunta sa isang sulok kung saan may tatlong lalaki. "Clarice, meet my friends from Laguna: Christian, JC—Juan Carlo iyan pero JC ang tawag namin—at si Russell."

Ngumiti si Christian, magaan ang dating. Si JC naman, may pilyong mata. Si Russell, tahimik pero matindi ang titig.

"Nice to meet you," ani Christian.

"JC lang, ha," dagdag ni Juan Harold.

Si Russell, tahimik pero ramdam ang pagtingin.

May kakaibang naramdaman si Clarice sa titig na iyon. Hindi bastang yabang o kumpiyansa, kundi parang may lalim.

Alas-otso, nagyaya si Christian. "May resort project kami nearby. Gusto niyo bang dumaan?"

Agad kumislap ang mata ni Jen. "Narinig ko na 'yon! Ang ganda raw!"

Wala pa mang sagot si Clarice, game na agad si Izza. Nadala siya ng excitement ng grupo.

Makalipas ang dalawampung minuto, nasa harap na sila ng malaking driveway, may mga lantern na nagbibigay liwanag. Naririnig na ang hampas ng alon sa malayo.

Ang resort ay parang panaginip—may infinity pool, mga villa na puro salamin ang dingding, at hardin na amoy bulaklak sa gabi.

Nang umalis muna ang mga lalaki para sumagot ng tawag, nag-usap ang tatlong babae sa tabi ng pool.

"Lahat sila gwapo," bulong ni Jen. "Clarice, pili ka na bago ako."

Napatawa si Clarice. "Hindi ako interesado."

"Sus! Wala ka namang boyfriend. At remember yung installment plan natin ha? Pagkakataon mo na 'to!" asar ni Izza.

Namula si Clarice, hindi maamin ang totoong dahilan.

Pagbalik ng mga lalaki, nagyaya silang lahat sa VIP lounge. Doon, may malalambot na armchair, mesa na puno ng wine at prutas. Mabilis na nagkapareha ang grupo: Jen kay JC, Izza kay Christian, at si Clarice, natira kay Russell.

Inabutan siya ni Russell ng red wine. "Galing 'to sa cellar namin. Smooth pero may konting tapang."

Tinanggap ni Clarice. Ang init na iniwan sa dibdib niya ay kakaiba. Hindi niya alam, doped ng PeasureX ang alak. Droga na ginagawang sexually hyper-active ang gumagamit.

Habang tumatagal, silang dalawa na lang ang naiwan sa lounge. Tahimik, malambot ang ilaw.

"Iba ka sa kanila," biglang sabi ni Russell.

Napakunot ang noo niya. "Paano?"

"Parang nandito ka... pero hindi talaga. Parang may laging distansya. Parang may malalim kang version ng pagkatao moi"

Bahagya siyang natawa. "Lahat naman ng tao ay may ibang version ng sarili."

Nagpatuloy ang usapan nila—tungkol sa biyahe, musika, at mga tahimik na sandali ng buhay. Napansin ni Clarice kung paano bumababa ang boses nito kapag siya ang kausap, at kung paano matamang nakatingin sa bawat galaw niya.

Sa isang iglap, nagdikit ang mga daliri nila habang sabay na abot sa bote. Maiksi lang ang haplos.

Umeepekto na ang PleasureX.

"Ok ka lang?" mahinang tanong ni Russell.

"O...Ok lang." Sagot niya, atubili, may ibang kakaibang nararamdaman.

Ngumiti si Russell, nakita na niya ang senyales. Mainit na ang makina.

Bago pa man siya makaisip, dumikit ang labi ni Russell sa kanya. Una'y marahan lang, may halong alak at pag-aalangan, bago lumalim dahil hindi siya agad umatras. Nabigla si Clarice at hindi alam ang gagawin. Nagsisimulang uminit ang bagay sa pagitan ng hita niya.

Naramdaman niya ang tibok ng dibdib nito laban sa kanya. Pinikit niya ang mga mata, hindi sigurado kung hahatakin ba ang sarili o hahayaan na lang ang sandali.

Nang bumitaw sila, sandaling nanahimik ang paligid. May halong kaba at init ang katawan niya. Hindi niya alam kung galit ba siya o natatangay lang.

Muling lumapit si Russell, ang kamay niya ngayon nasa pisngi ni Clarice. "Relax lang," bulong nito.

Hindi na niya alam kung alin ang totoo—ang pag-aatubili niya, o ang kakaibang kuryente na dumadaloy sa kanya. Ang tanging malinaw, siya'y nahuhulog sa isang sitwasyong hindi niya inasahan.

"Okay ka lang?" tanong ni Russell, napansin ang biglaang pagbabago sa kanya.

Naguluhan si Clarice. Nahihiya siya sa biglang bugso ng damdamin. Huminga siya nang malalim bago sumagot. "Oo..." mahina niyang sabi.

Muli siyang hinalikan ni Russell, at ngayon, mas mapangahas. Napahawak siya sa kamay nito nang maramdaman niyang dumausdos iyon papunta sa maselang parte ng katawan niya. Pinilit niya itong pigilan, pero mas malakas ang alon ng init na bumabalot sa kanya.

"Russell, virgin pa ako... huwag naman," bulong niya, halong pakiusap at pagkukunwari.

"Relax," sagot nito. "Hindi kita sasaktan. Hindi ko kukunin ang bagay na iniingatan mo."

Parang pinaniwalaan siya ni Clarice, kahit may kaba. Parang nagpatianod na lang siya sa bawat haplos at halik, pilit itinatago ang karanasan niya sa iba.

Dahan-dahan siyang inalalayan ni Russell papahiga sa sofa. May mga sandaling napapapikit si Clarice, napapasinghap, habang hinahalikan at dinadama siya ng lalaki. Para siyang nahulog sa pagitan ng pag-aalinlangan at pagnanais.

"Promise... hanggang dito lang tayo. Hindi kita babasagin." bulong ni Russell habang patuloy na hinahaplos siya.

Pero habang tumatagal, lalong nagiging matindi ang nararamdaman ni Clarice. Hindi na niya malaman kung alin ang tama. Napakagat-labi siya, napapahawak sa balikat ni Russell, habang ang katawan niya'y kusa nang tumutugon.

Hanggang sa tuluyan ng nahubad ni Russell ang mga damit niya.

Sa gitna ng init at tensyon, biglang sumagi kay Clarice ang alaala ni Diego, kung paano ito naging dahilan para muling bumangon siya. Hinango siya nito sa putikan. May saglit ng guilt, pero agad niya ring tinakasan ang pakiramdam na iyon.

Tinalo ng epekto ng droga ang isipan ni Clarice. Alam niyang mali pero nanaig ang sarap na nararamdaman niya. Nagpaubaya siya kay Russell. Malaya nitong nagawa ang lahat ng gusto kay Clarice.

Dahil sa epekto ng alak at droga ay wala na siyang pakiaalam kung mabasag ang pagkabirhen niya sa oras na iyon ng pasukin ni Russell ang pintuan niya. Tanging ang ulo lang ng sandata nito ang nakapasok sa hiyas niya. Kahit anong gawin ni Russell, hindi siya makapasok dahil sa nakaharang na hymen. Nasaktan si Clarice pero nagpaubaya lang at pinabayaan lang si Russell.

"Dahan-dahan...masakit." Ang tanging nasabi ni Clarice.

Patuloy si Russell sa pagbaon sa kanya pero talagang hindi siya makapasok. Kahit nasasaktan ay tiniis ni Clarice at nagpaubaya, tiwala na hindi siya mababasag.

Kahit napasok na ng daliri ang hymen ni Clarice ay hindi makapasok ang alaga ni Russel dahil mas malaki ito kaysa daliri. Ang nagagawa lang ng ari ni Russell ay banggain ang hymen na luluwag-sisikip pero hindi sapat para makapasok ang bisita.

Bandang huli ay sabay silang nakarating sa rurok at pinawalan ni Russel ang lakas niya sa loob ng sinapupunan ni Clarice. Mabuti na lang at hindi siya fertile ng araw na iyon.

Pagkatapos ng lahat, nanatiling nakahiga si Clarice, habol ang hininga. Umiwas siya ng tingin kay Russell, hawak ang sariling dibdib na parang may bigat.

Bumalik na siya sa katinuan at nakaramdam ng guilt at hiya sa sarili.

"Clarice, ang hirap mong basagin! Matapos ang lahat ng ginawa ko eh virgin ka pa din! Ikaw ang pinaka-espesyal na babaeng nakilala ko. Pwede bang maging tayo?" tanong nito, may kasamang ngisi.

Umiling si Clarice, pilit pinipigilan ang sarili. "Hindi ako papayag na maging girlfriend mo para lang maangkin mo ako nang buo. Hindi mangyayari 'yon."

Tumayo siya, mabilis na inayos ang sarili, at naglakad papunta sa banyo. Naiwan si Russell, nakangiti, habang palihim na nag-text sa mga kasama niya:

"Game na siya. Nagsisimula na ang epekto. Mag-ready kayo."

KABANATA 25

THE SECOND INSTALMENT

Sa loob ng banyo...

Nakasandal si Clarice, malamig ang tiles na sumasayad sa palad niya habang sinusubukan niyang pakalmahin ang dibdib na parang dinuduyan ng bagyo. Ramdam pa rin niya ang bawat sandali kanina kasama si Russell—parang paulit-ulit na pelikulang ayaw tumigil sa isip niya.

Kumuha siya ng tubig mula sa maliit na gripo at isinaboy sa mukha. Sa salamin, nakita niya ang patak na dahan-dahang dumudulas pababa sa pisngi niya.

"Tumigil ka, Clarice," mahina niyang bulong sa sarili. *"Hindi ka gano'ng klaseng babae. Beauty queen ka, Miss Bulacan ka! Hindi ka basta-basta. Huwag mo nang ulitin yun!"*

Pero kahit anong sabihin niya, may kumikirot na pananabik sa loob. Hindi niya maintindihan ang sarili—dati napakaingat niya, pero ngayon, para bang nawawala siya sa kontrol. Gusto niya ulit maramdaman 'yong kanina, at halos hindi niya mapigilan ang sarili. Gusto niyang maulit.

Huminga siya nang malalim, inayos ang sarili, at lumabas ng banyo.

Nandoon si Russell, nakasandal sa pader, naghihintay na parang alam na niya kung gaano katagal si Clarice sa loob. Nakangiti ito, pero sa mga mata niya, may kung anong bigat—alam niyang gumana na ang alak at ang halong gamot na ibinigay sa kanya.

Sabay silang naglakad papunta sa dulo ng pasilyo kung saan naroon sina Jen at Izza, kasama sina JC at Christian. Napansin agad ni Clarice ang mga ngiti ng dalawang lalaki—may alam sila. Kita sa tawa, kindat, at tinginan. Para bang kumpirmasyon na may sikreto silang hawak.

Biglang sumikip ang tiyan ni Clarice. Sinabi niya sa kanila.

Hindi niya halos naririnig ang tawa nina Jen at Izza, tuloy lang ang usapan ng mga kaibigan niya pero siya, parang nilalamon ng kaba.

Maya-maya, inalok ng tatlong lalaki na ihatid sila pabalik sa venue. Sumakay si Clarice sa kotse, magulo ang isip, halo ng kaba at kakaibang pananabik. Umupo si Russell sa tabi niya, at bago sila bumaba, bumulong ito:

"Ang sarap ng nangyari kanina. Gusto ko ulitin. Promise, this time mas gentle ako. Hindi ko sisirain ang iniingatan mo. Pangako."

Napakislot ang dibdib ni Clarice. Ayaw niyang aminin, pero gusto rin niyang maulit. Alam niyang mali pero hindi niya maintindihan ang sarili. Pinili na lang niyang ngumiti ng bahagya at manahimik.

Pagbalik nila sa grupo, sinabi ni Clarice kina Jen at Izza na uuwi na siya. Pero ang totoo, hindi siya uuwi. Sumama siya kay Russell.

Nagtext siya sa nanay niya, sinabing baka gabihin siya kasi may lakad pa kasama ang mga kaibigan. Mabilis siyang nakalusot sa kasinungalingan, at kahit may munting guilt, mabilis din itong natabunan ng init ng katawan.

Tahimik ang biyahe papunta sa hotel. Wala halos imikan pero hindi rin awkward. Nakatitig lang si Clarice sa bintana, pilit tinatago ang kasabikang ayaw ipahalata.

Habang bumibiyahe, naalala niya ang mga nakaraang buwan. Dati, sobrang maingat siya, laging kontrolado ang bawat galaw. Pero ngayon, may nabago. Ang pader na itinayo niya laban sa sariling pagnanasa, unti-unti nang bumigay. At sa bitak na iyon, may lumabas na bagong Clarice—mas mapangahas, mas malaya, mas gutom.

Pagdating sa hotel, dumiretso sila sa kwarto. Akala niya silang dalawa lang, pero pagbukas ng pinto, nandoon sina JC at Christian, nakaupo sa sofa. Laking gulat niya. Parehong may ngiting alam na niya kung ano ang ibig sabihin.

"Sinabi mo sa kanila," mahinang sabi ni Clarice kay Russell, hindi na tanong kundi paratang.

Hindi ito umiwas. "Oo," diretso nitong sagot.

Nanahimik si Clarice, pilit tinatago ang tumitinding kaba at init. Tatlong lalaki ang kaharap niya ngayon. Ramdam niya ang panganib, pero ramdam din niya ang sarili niyang kagustuhan. At hindi niya maikaila iyon. Excited siya.

"Alam namin na gusto mo ulit maranasan 'yon," sabi ni JC, nakasandal, nakatingin diretso sa kanya.

Huminga nang malalim si Clarice. Hindi niya kayang i-deny—totoo naman. Pero kailangan niyang ipaalala sa sarili ang hangganan.

"Virgin pa rin ako," seryoso niyang sagot. "Hindi ko basta ibibigay 'yon kahit kanino."

"Hindi rin naman namin kukunin," sagot ni JC, sabay kindat.

Doon nagsimula. Isa-isa silang lumapit, hawak, halik, at haplos ang ibinigay sa kanya. Pilit pa niyang nilalabanan sa una, pero unti-unti, bumigay ang katawan niya. Parang tinangay ng alon ang kanyang resistensya.

May mga bulong ng "relax ka lang," "promise, hindi ka masasaktan," habang bawat halik at haplos ay pumupunit sa depensa niya. Naramdaman niya ang sarili niyang pagnanais na hindi niya na kayang itanggi.

"Basta alagaan niyo ang iniingatan ko," pakiusap ni Clarice, pilit nilalabanan ang nanginginig na tinig.

At pinagsawaan ng tatlo ang alindog ni Clarice. Tuluyan na ngang bumigay si Clarice at nagpaubaya sa tatlong magkakaibigan. Lahat ng pwedeng pasukin ay pinasok ng tatlo, minsan nga sabay-sabay pa. Inihanda ni Clarice ang sarili na mababasag siya ngayong gabi. Alam niyang mali pero matindi ang tama ng droga.

At muling nag-take over ang wild side ni Clarice.

Nagpaubaya si Clarice at tiniis ang sakit sa hiyas niya. Banayad ang pasok nila pero madidiin na nagpapabuka paunti-unti sa hymen ni Clarice. Kung baga sa rubber band, unti-unting pinapaluwag ito sapat para hindi mapatid.

Halinhinan ang tatlo sa pag-angkin sa katawan niya. Nagtangka ang bawat isa na mabasag ang pagkabirhen ni Clarice pero hindi nagtagumpay dahil na rin sa tibay ng hymen nito at dahil nasasaktan si Clarice tuwing ipinipilit nila.

Nagtrabaho din ang bibig niya habang nasa ibabaw siya niJC at ikinukuskos ang hiyas sa kahabaan nito habang abala si Russell sa paglabas-pasok sa likod bahay.

Halos mabaliw si Clarice sa sensasyon. Tatlong lalaki, sabay-sabay sa installment process. First time nya ito. Dati dalawa, ngayon tatlo na.

Paminsan-minsan ay napapaigtad si Clarice dahil pinupwersa nila ang pagpasok sa kanya kaya naman unti-unting napupunit ang bahagi ng hymen niya.

Mabuti at hindi fertile si Clarice noong araw na iyon. Nakailang beses nakarating si Clarice sa dulo at bawat isa sa mga lalaki ay nagpaputok sa loob niya.

Pagkatapos ng lahat, nakahiga siya, habol ang hininga, nanginginig, at nalilito. Ramdam niya ang bigat ng nagawa niya—hindi dahil may tuluyang nawala sa kanya, kundi dahil alam niyang may binago ang gabing ito sa pagkatao niya.

Ramdam ni Clarice na napunit ang hymen niya dahil sa ginawa ng tatlo. Hindi nya lang alam kung tuluyang nabasag o napunitan lang. Nakaramdam siya ng panlulumo matapos maisip ang ginawang pagpayag na ginawa sa kanya.

Bumalik sa katinuan si Clarice matapos ang pangyayari at natakot siya na baka na-devirginize na siya.

"Ano'ng nangyayari sa'kin?" bulong niya, pilit pinipigilan ang luha.

Makaraan ang ilang minuto........

Muli nilang inulit ang laro nang magising ulit ang wild side ni Clarice. Hindi na nakatanggi si Clarice at nagpaubaya. Ibinigay ang lahat.

Makailang beses narating ni Clarice ang langit noong gabing iyon na nakadagdag muli sa unti-unting pagkapunit niya.

"Grabe ka Clarice! Ang galing mo! Ang sarap-sarap mo Miss Bulacan!" Biro ng tatlong lalaki.

Inihatid nila si Clarice sa bahay na walng kibo. Hindi makapaniwala na nakipag-one night stand siya sa tatlong lalaki.

Pag-uwi, hinarap niya ang nanay niya na parang walang nangyari. Pero sa kuwarto, mag-isa, bumigay na ang mga luha niya.

KABANATA 26

SUPERGIRL

Maingay na nag-vibrate ang alarm sa tabi ng kama ni Clarice, lunes ng umaga. Napaigtad siya, dumilat ng dahan-dahan at sinalubong ng liwanag na pilit sumisilip sa manipis na kurtina.

7:03 a.m. na.

Napapikit siya sandali, ramdam pa rin ang kirot doon sa ibaba. Hindi pa rin tuluyang nawawala.

Tumayo siya, medyo matamlay, at naglakad papunta sa kusina. Nandoon si Mama, abala sa paghihiwa ng gulay, tunog ng plato't kutsara ang bumubungad.

"Ma..." casual niyang bungad, "babalik na po ako sa Angeles mamaya."

Napatigil ang mama niya at napatingin sa kanya, kunot-noo.

"Ang bilis naman? Kagabi ka lang dumating ah."

Bahagyang ngumiti si Clarice, iwas-tingin.

"May aasikasuhin lang ako... importante lang."

Tumingin ulit si Mama, halatang may tanong pa, pero hindi na nangulit.

"Basta, kumain ka muna bago ka umalis ha."

Tumango si Clarice, pero ang isip niya, wala na sa bahay.

9:00 a.m.

Nasa jeep na siya papunta sa clinic. Habang tumatakbo ang jeep, sumasabay ang amoy ng hangin pero sa dibdib niya, mas mabigat ang dala: kaba at takot.

Paulit-ulit niyang binabasa sa cellphone ang resulta ng huling check-up niya noon kay Dra. Tricia Lucero. Hindi niya masabi kahit kanino, kahit sa mga tropa. Siya lang at ang sarili niya ang may alam kung bakit siya bumabalik.

Pagdating sa clinic, tahimik ang waiting area. Maliban sa ugong ng aircon at isang paso sa gilid na sumasayaw sa malamig na hangin, wala kang maririnig.

"Clarice Hermosa?" tawag ng nurse.

Tumayo siya, pinilit ngumiti, at sumunod papasok.

Nandoon na si Dra. Lucero, nakaupo at may hawak na folder.

"Uy, Miss Bulacan!" bati ng doktora, nakangiti. "Ang tagal din ah. Pero mukha kang kabado. Anong meron?"

Naglaro ang daliri ni Clarice sa isa't isa. "Doc... kailangan ko lang malaman... tungkol sa... virginity ko."

Bahagyang kumurap si Dra. Lucero pero di naman nagulat. "Sige, upo ka. Sabihin mo muna anong nangyari."

Umupo si Clarice, halos pabulong.

"Doc, kagabi... may nangyari. Hindi ko alam kung sapat na 'yon para... alam mo na. Pero hindi ako nagdugo. Ang alam ko lang, masakit siya. Kaya hindi ko sigurado kung... ako pa nga ba."

Tumango si doktora, nakikinig lang.

"Gusto mong malaman kung virgin ka pa rin—physically."

Tumango si Clarice.

"O sige," ani Dra. Lucero. "Tingnan natin."

Humiga si Clarice sa examination chair. Kalma lang ang kilos ng doktora, sanay na sanay. Ilang minuto lang, tumigil ito at inayos ang salamin.

"Well..." sabi niya, "buo pa rin. Almost exactly the same nung huli kitang tinignan. Medyo lumuwag lang ng konti ang opening, dati nasa 3 to 5 milimeters, ngayon ay nasa 8 to 12 mm na."

Nagulat si Clarice. "As in walang nabago? Konti lang?"

"Wala," sagot ng doktora, nakangiti ng bahagya. "Yung hymen mo unusually makapal, medyo elastic. Hindi basta-basta napupunit. May nakita lang akong super slight na stress sa isang spot, parang gasgas lang. Pero intact pa rin."

Napakunot-noo si Clarice. "Eh bakit masakit? Akala ko kasi... wala na..."

"Hindi porke masakit, ibig sabihin punit na," paliwanag ni doktora. "Puwede 'yong dahil sa tension, posisyon, o hindi ka sanay. Pero dahil makapal ang hymen mo, ibang usapan 'yon. I-compare mo na lang kay Supergirl. Kapag ordinaryong tao, sugatan agad. Pero siya, gasgas lang."

Napatawa si Clarice kahit kinakabahan. "So... Supergirl pala ako?"

Ngumiti rin ang doktora. "In a way, oo."

Tapos biglang seryoso ulit ang tono niya.

"Naalala mo sinabi ko noon? Na ... installment?"

Uminit ang pisngi ni Clarice. "Oo..."

"At? Nangyari ba?" tanong ng doktora, nakatingin ng diretso.

Nag-aatubili si Clarice pero umamin din.

"Oo. Ilang beses na. Hindi ko naman planado... basta nangyari." Hindi na siya nag-elaborate, halatang nahihiya.

Nagtaas-kilay si doktora. "Ilang beses na? Or ilan sila?"

Napangiti si Clarice, pilit. "Hindi naman sobrang dami..."

"Sige," sabi ni Dra. Lucero, sabay yuko palapit. "Ganito kasi 'yon. Parang karton na makapal ang hymen mo. Isang tusok, hindi agad mabubutas. Pero kapag paulit-ulit, kahit konti-konti, numinipis din. Hanggang sa darating ang araw, isang pindot lang, tuluyang bibigay."

Napalunok si Clarice. "Kailan? Ilang beses pa?"

Hindi agad sumagot ang doktora. Imbes, tumingin ito ng diretso kay Clarice.

"Tanong ko muna, gusto mo ba na mangyari 'yon kung kani-kanino lang? Maraming beses, paunti-unti? O gusto mo, isang beses lang—pero sa tamang tao?"

Tumahimik si Clarice. Bumilis ang tibok ng puso niya.

"Hindi kita pinipilit kung ano dapat gawin," dagdag pa ng doktora, mas malumanay na ngayon. "Pero kung magpapa-installment ka, lagi kang masasaktan. At lagi kang magtatanong sa sarili mo: 'Tapos na ba? O hindi pa?'"

Napatawa si Clarice, pilit. "Parang pader na hindi mabasag."

"Exactly," sagot ng doktora. "At minsan, worth it na panatilihin ang pader na 'yon... hanggang talagang gusto mo na siyang gibain."

Naghalo-halo sa isip ni Clarice ang sinabi ng doktora—Supergirl, karton, pader. Lahat parang metaphor na tumatama diretso sa puso niya.

Pagkatapos ng check-up, pumirma si Dra. Lucero ng notes. Pag-alis ni Clarice, hinabol pa siya ng mga salita:

"Virgin ka pa rin, physically."

Huminga ng malalim si Clarice, parang may nabunot na tinik.

"Salamat, Doc."

Paglabas niya, sinalubong siya ng liwanag ng araw. Parang mas magaan ang dibdib niya. Pero kahit masaya, dala-dala pa rin niya ang tanong—kailan, paano, at kanino siya bibigay?

Umupo siya sa jeep, diretso papunta kina Izza.

KABANATA 27

BOUND TO ANGELES

Naka-upo si Clarice sa sulok na mesa ng isang tahimik na café, paikot-ikot lang ang straw sa nagyeyelong inumin na halos tunaw na ang yelo. Nasa harap niya si Izza, masayang nagkukwento, pero ang isip ni Clarice, kung nasaan-saan pa—lalo na sa alaala ng kagabi.

"So, spill!" sabay yuko ni Izza, binababa ang boses. "Ano na nangyari kagabi kay Russell? Bigla ka na lang nawala after niya kaming ihatid."

Bahagyang ngumiti si Clarice, pinilit panatilihing steady ang tingin.

"Wala naman. Hinatid lang ako... tapos umuwi na ako diretso."

Nakunot ang noo ni Izza.

"Yun lang? Wala nang after-party? Wala man lang tambay?"

"Wala," sagot ni Clarice, kunwari'y casual. Hindi niya alam kung ramdam ni Izza na may kasamang kasinungalingan yung salitang wala.

"Well..." may pilyang ngiti si Izza, "sana lang maalala mo yung sinabi ng doctor."

Napatingin si Clarice, litong-lito. "Alin doon?"

"About the installment plan..." bahagyang yumuko si Izza at mas binaba pa ang boses. "Yung tinatawag mong double lock."

Umikot ang mga mata ni Clarice pero napangiti rin siya.

"Sabi ng doctor," tuloy ni Izza, "grabe raw ang sakit kapag nawala na yung virginity mo. As in sobra. Kaya nga nire-recommend niyang dahan-dahanin muna, parang hinahati-hati para hindi gano'n kasakit. Pagkakataon mo dapat yung kagabi! Pinalampas mo!" Biro ni Izza.

Napatawa si Clarice nang mahina, parang naalala lang ang isang luma at corny na joke.

"Hindi ko kaya yun." Napangiti siya.

Kung alam lang ni Izza... Yung tatlong lalaki na sabay-sabay na sumubok basagin ang pagkababae niya, yung pakiramdam ng unti-unting pagkapunit, yung mga climax na halos nagpawala ng ulirat niya—lahat ng yun, sikreto niya. Wala siyang planong ibahagi, kahit sa pinakamalapit niyang kaibigan.

Hindi niya sinasabi nang malakas, pero totoo—nagpapatuloy pa rin yung "dahan-dahan" na proseso. Kagabi lang, sa loob ng isang hotel room, madilim ang ilaw, puno ng tawa at biro, at may mas malalim pa na hindi niya gustong pangalanan.

"Anyway," sabay tingin ni Clarice sa relo, "kailangan ko nang bumalik sa Angeles. Four o'clock yung bus. Kung hindi madedelay, nasa bahay na ako mga alas-otso."

Tumango si Izza, nakasandal na.

"Safe trip! At huwag mong kalimutan—go easy lang sa 'little by little' ha," sabay kindat.

Napatawa si Clarice, umiling, at tumayo.

"Grabe ka. Wala ka talagang kupas."

Pag-akyat ni Clarice sa bus pa-Angeles, unti-unti nang lumulubog ang araw, binabalutan ng malalim na orange ang highway. Umupo siya sa tabi ng bintana, ramdam ang panginginig ng makina mula sa sahig.

Habang humahaba ang kalsada, paulit-ulit na bumabalik ang isip niya sa nangyari kagabi: init ng mga katawan, bigat ng hawak, pabulong na tawanan ng mga lalaking alam kung gaano na siya kalapit sa puntong wala nang balikan. Dahan-dahan... parang hulugan.

Pumikit siya, hinayaan ang alaala. Amoy ng cologne. Bigat ng hangin sa hotel. Boses ni Russell, dumadampi sa tainga niya. Naalala niya si Diego. Nagtaksil ba siya dito? Hindi niya naman boyfriend ito at wala silang relasyon. Parausan lang siya.

Hindi pagsisisi ang naramdaman niya, kundi kakaibang pananabik, halong kilig at pagnanasa.

Tuluy-tuloy ang bus, dumaan sa mga bayan na halos magkahalo na sa bintana. Pagdating sa San Fernando City, gabi na nang tuluyan. Doon nagsimula.

Isang malakas at matinis na putok.

Biglang lumiko ang bus pakanan. Sigawan ang mga pasahero habang pilit kinokontrol ng driver ang manibela. Mahigpit na kumapit si Clarice sa upuan sa harap niya. Kumaskas ang gulong, amoy sunog na goma ang kumalat sa hangin.

"Pumutok yung likod na gulong!" sigaw ng isang lalaki sa aisle.

Ilang minuto lang, inanunsyo ng driver na hindi na sila makakatuloy. Isa-isang bumaba ang mga pasahero, kanya-kanyang reklamo. Kinuha ni Clarice ang bag at sumama sa mabagal na pila papunta sa terminal ng San Fernando, umaasang may masasakyan pang ibang bus.

Maingay ang kalsada: mga tricycle, vendors, busina. Tumatawid si Clarice nang biglang bumungad ang malakas na ugong.

Isang motorsiklo, halos pumutok ang ilaw sa lakas, mabilis na papalapit sa kanya.

Napatigil siya.

Gusto niyang gumalaw, pero nanigas ang katawan.

Bigla na lang may tatlong pares ng kamay—mahigpit, mabilis—humila sa kanya paatras. Dumikit siya sa dibdib ng kung sino, kasabay ng pagbulusok ng motor na dumaan lang ng ilang pulgada mula sa kanya.

Parang sampal ang hangin. Nanghina ang tuhod niya at halos bumagsak kung hindi lang sa mahigpit na hawak na sumalo sa kanya.

"Okay ka lang?" may mababang boses na bumulong sa tainga niya.

Nagpikit si Clarice, nagінginig, hingal, pilit nag-fofocus sa mga mukha sa harap niya. Tatlong lalaking naka-uniporme ng pulis. Bata pa. Matitinik ang mga mata. Kita sa ekspresyon ang pag-aalala—at may kakaibang hindi niya maipaliwanag.

"Ako... ako..." halos mabasag ang boses niya. "Okay na... Salamat. Kung hindi niyo ako—" Napalunok siya. "Siguro patay na ako ngayon."

Ngumiti ang pinakamataas sa kanila, nakaka-kalma.

"Sakto lang na andito kami."

"Sigurado ka bang okay ka?" singit ng isa, matalim ang panga, malinaw sa ilaw ng poste. "Kasi nanginginig ka."

Napatingin si Clarice sa kamay niya—nanginginig nga, walang tigil.

"Fine na ako. Natakot lang talaga."

Subukan man niyang ngumiti, hindi pa rin pantay ang hinga niya. At doon niya sila mas tiningnan—hindi lang bilang tagapagtanggol, kundi may kakaibang aura. Hindi rin naman sila gaano katanda kaysa sa kanya.

Tatlong lalaki. Lahat naka-uniporme. Lahat nakatingin sa kanya ng may ibang bigat. Naalala niya bigla sina JC, Christian, at Russell.

Muling kumabog ang dibdib niya—hindi sa takot, kundi sa kakaibang dahilan, arousal.

"Napapatingin ka," biro ng pinakamaiksi, may nakakalokong ngiti.

Nagulat si Clarice. "Ay—sorry. Hindi ko alam kung paano magpasalamat. Utang ko sa inyo ang buhay ko."

Ngumisi ang pinakamataas. Mabagal. Parang may ibig sabihin.

"Delikado yung utang na buhay."

"Delikado?" balik ni Clarice, may halong pagtataka.

Tumango siya, hindi inaalis ang tingin.

"Kasi minsan, ang pambayad... hindi basta simple." Ngiti nito na parang may ibig sabihin.

May kung anong laman ang tono niya na nagpa-bilis ng tibok ng puso ni Clarice—hindi takot, kundi thrill.

Nagkatinginan ang dalawa pang pulis, saka muling tumingin kay Clarice.

"San ka ba papunta?" tanong ng isa.

"Angeles City," sagot niya.

"Pareho tayong daan," sabi ng matangkad. "Pwede ka naming ihatid... o sumabay ka na sa amin."

Sandaling nagdalawang-isip si Clarice. Ramdam niyang totoo ang sinasabi nila—o baka gusto lang niyang maniwala. Pero yung titig sa mga mata nila, parang may iba pang sinasabi.

"Pwede mo rin kaming ilibre ng dinner," singit ng pinakamaiksi, nakangiti ulit. "Pwede na yung pambayad."

Napatawa si Clarice, medyo kabado.

"Dinner, kaya kong bayaran. Yung iba—hindi."

Mas lumalim ang ngiti ng matangkad, pero hindi abot sa mata.

"Tingnan natin. Ano nga palang pangalan mo?"

"Yvonne," mabilis na sagot ni Clarice, hindi binanggit ang tunay niyang pangalan.

At sa isang iglap, parang nawala ang ingay ng kalsada. Nakatayo siya roon, nasa pagitan ng pasasalamat at kaba, ng ginhawa at ng kakaibang tensyon. Ramdam niya na oo, iniligtas siya ng mga lalaking ito—pero sa parehong sandali, pumasok sila sa buhay niya sa paraang parang sinadya ng tadhana.

At sa loob-loob niya, naisip ni Clarice: handa na ba ulit ang kapalaran na maulit ang dati?

KABANATA 28

LITTLE BY LITTLE

Nagprisinta ang tatlong pulis na ihatid si Clarice pabalik sa terminal. Pero bago pa man sila makarating, huminto si Adrian, ang matangkad sa kanila.

"Medyo gabi na," sabi niya. "Baka matagalan pa yung susunod na bus papuntang Angeles. Pwede kang ma-stranded sa daan."

Tumango si Mark, seryoso ang mukha. "Mukha ka ring hindi safe kung mag-isa ka lang sa terminal sa ganitong oras."

Nag-alinlangan si Clarice. "Sanay na akong mag-travel mag-isa."

Ngumiti si Luis, nakapamaywang. "Iba 'to, Yvonne. Kanina lang muntik ka nang masagasaan. Mas mabuti na sumama ka muna sa amin. Malapit lang bahay namin. Bukas ng umaga, ihahatid ka namin sa unang bus."

Naramdaman ni Clarice ang kaba at kuryosidad na magkahalong kumikiliti sa dibdib niya. Tatlong lalaki sa uniporme, seryoso ang mga tingin, at tila ba may kanya-kanyang paraan ng pagtingin sa kanya. Para bang may ibang bigat ang presensya nila.

Naalala niya bigla ang biro ni Izza: "Dahan-dahanin mo, para hindi masakit."

Napangiti si Clarice ng bahagya. "Sige na nga... pero isang gabi lang."

Sa Loob ng Apartment

Maayos at simple ang bahay—dalawang kuwarto, maliit na sala, at amoy kape na tila ba bagong gawa lang. Tinanggal ni Adrian ang sumbrero niya at inihagis sa sofa. Si Mark, ikinandado ang pinto, habang si Luis ay nagsalang ng tubig sa takure.

"Siguro gutom ka na," sabi ni Luis.

"Medyo," tugon ni Clarice habang inilapag ang bag sa gilid.

Nagkasalo sila ng simpleng hapunan—pritong kanin at itlog. Walang espesyal, pero kakaiba ang atmosphere. Nahuli ni Clarice ang tingin ni Adrian na parang laging isang segundo nang mas matagal kaysa normal. Si Mark naman, may mapanuksong ngiti na parang may alam siya na hindi sinasabi. At si Luis, laging bahagyang lumalapit tuwing may ibinibigay.

Pagkatapos kumain, nagkape sila at naupo sa sala. Medyo pinadilim ni Adrian ang ilaw, kaya't mahaba ang anino sa mga dingding. Tahimik ang paligid.

Huminga ng malalim si Clarice. Hindi niya maiwasang maalala ang nangyari kagabi kina Russell, JC, at Christian. At ngayon, eto na naman siya—kasama ulit ang tatlong lalaking may kakaibang hatak sa kanya.

"Installment process......." parang naririnig niya ulit si Izza.

May init na gumapang sa katawan ni Clarice.

"Kanina sabi mo, hindi mo alam paano kami pasasalamatan," wika ni Adrian, mababa ang boses. "Minsan, hindi pera ang sukli... kundi tiwala."

"Tiwala?" balik ni Clarice, mahina.

Ngumiti si Adrian. "Tiwalang hayaang makapasok kami sa mundo mo."

Tumikhim si Mark. "O baka naman ibig niyang sabihin, hayaan mo kaming makilala ka... nang mas malalim at makapasok....sa iyo..."

Namula ang pisngi ni Clarice. Hindi na kailangan ng mas malinaw na paliwanag. Alam niyang iyon ang ibig nilang sabihin. Ramdam din niya ang init na kanina pa kumikirot sa loob niya.

"I... I'm still a virgin," bulong niya, halos hindi marinig. "Ayokong mawala 'yon... kahit kanino lang."

Tumango si Luis, seryoso ang tono. "Kung 'yon ang gusto mo, hindi namin kukunin. Pahintulutan mo lang kami na magdamag kasama ka. Wala kaming lalampasan."

Tahimik si Clarice. Pero hindi na niya itinanggi ang nararamdaman. Ang katawan niya ay parang may sariling sagot na hindi mabanggit ng bibig.

"Promise?" tanong niya, halos pabulong.

"Promise," sagot ni Adrian sabay hawak sa kamay niya at inakay sa loob ng kuwarto.

Sa kuwarto, naging mabigat ang hangin. Hindi siya pinilit. Hindi rin siya iniwan. Nagsimula lang sa marahang haplos, sa maiinit na halik na dahan-dahang nagpatigil ng utak niya. Para bang bawat galaw ay nakaayon sa "paunti-unti" na payo ni Izza.

Naulit ang eksena sa hotel but this time, sa apartment ng mga pulis. Noong una ay atubili pa si Clarice pero dahil naroon pa din ang epekto ng droga ay bumigay ulit siya. Halinhinan ang tatlo sa pag-angkin sa kanya. Tulad sa hotel, lahat ng pwedeng pasukin ay pinasok ng tatlo, sabay-sabay pa na halos magpabaliw kay Clarice.

Wala na sa sarili si Clarice kaya pinabayaan niya ang tatlo na gawin ang gusto sa kanya pero tulad ng dati, ulo lang ng mga sandata nila ang nakapasok na ipinagtaka ng mga pulis.

Pinilit ng isa na pasukin siya habang hawak siya sa magkabilang hita at braso para hindi makapanlaban.

"Huwag! Ang usapan eh hindi nyo kukunin!" Ang sabi ni Clarice na magkahalong takot at pagdedeliryo.

"Relax, ikukuskos ko lang.....papasok sa loob..." Ang sabi ng pulis at ibinaon ang ulo nito kay Clarice, bigla.

Napaigtad si Clarice sa sakit at naramdaman niya ang pagkapunit ng hymen niya. Nagawa ng ulo na medyo mapabuka ang butas hymen niya pero hindi makapasok ng tuluyan sa loob. Naglabas-pasok ang ulo nito na bumabanat sa hymen niyang luluwag-sisikip dahil sa ginagawa nito kaya unti-unti itong napupunit.

Walang magawa si Clarice kundi magpaubaya.

Naging marahas ang mga ito para makuha ang pagkabirhen ni Clarice nang makita nilang bumigay na ito. Nasaktan si Clarice pero pinabayaan lang ang mga ito sa ginagawa nila dahil nanaig ang kaligayahan laban sa isip niya. Sa loob niya nagpaputok ang mga lalaki. Makailang beses narating ni Clarice ang langit hanggang sa lumiwanag ang isip niya.

Hiyang-hiya si Clarice nang matauhan at tsaka lang niya naramdaman ang sakit sa hiyas niya. Alam niyang napunit ulit ang kanyang pagkabirhen at nakaramdam siya ng panlulumo at takot.

Pero sa kabila ng lahat, alam niyang ang pinakaiingatan niyang pader ay nandoon pa rin. Matibay. Matatag. Para bang isang pader na tinatamaan ng marahang hampas—unti-unti, pero hindi pa tuluyang bumibigay.

Nang matapos ang lahat, bumigat ang katahimikan sa kuwarto. Nakahiga si Clarice, nakabalot sa kumot, at ramdam pa rin ang init sa katawan.

Napaluha si Clarice nang hindi inaasahan, hindi makapaniwala na ibinigay ulit niya ang sarili sa mga estranghero sa pagalawang pagkakataon. Hindi dahil pinilit siya, kundi hindi niya kayang tumanggi. Hinahanap-hanap niya ang ganitong thrill and excitement.

Pero nang suriin niya ang sarili, alam niyang hindi pa rin siya tuluyang bumigay. Nandoon pa rin ang iniingatan niya. At sa kabila ng halo-halong emosyon, may bahagyang ginhawa siyang naramdaman.

“Magpahinga ka na,” sabi ni Mark, mahina ang boses. “Bukas ihahatid ka namin. Don’t worry, virgin ka pa din. Ang hirap mong basagin!”

Pinilit niyang ngumiti. Hindi niya alam kung saan hahantong ang lahat ng ito. Pero isang bagay ang malinaw: ang gabing ito ay isa na namang hakbang. Paunti-unti. Dahan-dahan.

At habang pumipikit siya, naririnig pa rin niya sa isip ang boses ni Izza, gaya ng laging biro:

"Konti-konti lang... para hindi masakit."

Madaling araw...

Puno ng ungol at mahinang daing ang kwartong iyon. Ang init ng hangin, halong amoy ng pawis at pabango, ay tila sumiksik sa bawat sulok ng dilim.

Nasa bisig ni Clarice si Adrian at Mark, mahigpit ang hawak at sabay-sabay na dinadala siya sa alon ng sensasyon. Naka-sandwich siya, standing position, nakabuka ang mga hita na hawak ng dalawang lalaki.

Nasa loob ng pintuan sa likod si Adrian at nasa loob naman ng hiyas niya ang ulo ng alaga ni Mark, sabay na urong-sulong. Ang bawat galaw nila ay mariin, parang may gustong lampasan, pero may pag-aalalay pa rin na hindi siya tuluyang bumigay.

Tahimik si Clarice at pinakikiramdaman ang magkahalong sarap at sakit sa hiyas niya. Ang standing position kung saan nakabuka ang mga hita niya ay malayang tinanggap ang bisita sa magkabilang pinto.

Sa gilid, nakaupo sina Luis at isa pang kasamahan nilang nakahubad. Hindi sila nakisali nang direkta, pero ramdam na ramdam ni Clarice ang titig nila—parang may bigat, parang may hatid na dagdag init sa sitwasyon.

At doon muling nagpatuloy ang "installment process." Unti-unti, dahan-dahan, parang bawat bangga ay may kasamang kirot na may halong sarap. Para bang pader na paulit-ulit tinatamaan, hindi pa tuluyang bumabagsak pero unti-unting nagkakaroon ng lamat.

Unti-unting lumuluwag ang hymen, unti-unting pinupunit, unti-unting sinisira, unti-unting napapasok, unit-unting bumubuka.

Masakit, oo. Pero kasabay ng sakit, naroon din ang hindi maipaliwanag na kaligayahan. Hanggang sa hindi na niya mabilang kung ilang beses siyang naabot ng rurok ng sarap. Apat na lalaki ang nagbigay ng kakaibang kaligayahan sa kanya noong oras na iyon.

Sa bawat segundo, pakiramdam ni Clarice ay para siyang nilulunod at iniaahon nang sabay—hanggang sa matapos ang lahat at maiwan siyang hinihingal, nanginginig, at nakatulala sa kisame.

Bumalik sa katinuan si Clarice at hiyang-hiya sa ginawa niya. Isa siyang kaladkaring birhen.

At nang matapos, makirot ang hiyas ni Clarice sa parusang inabot sa apat na lalaki. Muli na namang napunit ang pagkabirhen niya na kanina lang ay napunit na.

Tumayo si Clarice papunta sa banyo para maligo at hindi niya namalayan ang nasa sahig.

Napangiti si Luis ng makita ang patak ng dugo mula sa hiyas ni Clarice.

Another process of breaking her virginity by installment is complete.

KABANATA 29
ANG PAGDUDUDA NI DIEGO

Maliwanag na ang langit nang sumilip ang unang liwanag sa manipis na kurtina ng maliit na apartment. Dahan-dahang dumilat si Clarice, ramdam ang mahinang ugong ng bentilador sa kisame. Martes na pala. Dapat kagabi ay kay Diego siya natulog, pero natapos siyang kasama ang tatlong lalaki.

Ilang segundo siyang nakahiga lang, hindi gumagalaw. Mabigat ang katawan niya, parang hinihila pa ng kama. May kirot pa rin na biglang sumundot sa pagitan ng kanyang mga hita, paalala ng nangyari kagabi.

Naalala niya bigla ang boses ni Izza: "Dahan-dahan lang... little by little."

Napangiwi siya. Masakit talaga, pero naroon pa rin ang alaala ng init at lambing na ayaw niyang tanggihan.

Pagkatapos magligpit, lumabas siya ng apartment at naglakad sa kalsada ng San Fernando. Mabigat ang bawat hakbang, ramdam pa rin ang hapdi. Pagdating sa terminal, agad siyang sumakay ng unang bus papuntang Angeles at naupo sa tabi ng bintana. Habang tumatakbo ang sasakyan, para bang watercolor painting lang ang mga tanawin sa labas. Sa isip niya, naghalo-halo ang alaala ni Izza, ang mga bisig na yumakap sa kanya kagabi, at ang kakaibang sakit na nagpaalala na hindi na siya dati.

Pagkalipas ng ilang oras, nakarating siya sa bahay ni Diego. Pagkababa niya sa tricycle at pagtunog ng doorbell, agad bumukas ang malaking gate. Nakatayo roon si Diego, presko sa suot na polo, at amoy ang paborito niyang pabango na agad nagpaalala kay Clarice ng mga gabi nilang magkasama.

"Clarice," bungad nito, halatang nagulat pero masaya. "Ang aga mo. Akala ko nasa Meycauayan ka pa."

"Sumakay ako ng umagang bus," sagot niya, pilit pinagaan ang boses.

Pinapasok siya ni Diego. "Kamusta ka?"

Ngumiti si Clarice nang tipid. "Masaya naman ako sa birthday party ni Izza."

Ngumisi si Diego, parang nanunukso. "Sobra bang enjoy? Baka naman dumiretso ka pa sa boyfriend mo sa Meycauayan?"

Napatawa si Clarice, umiiling. "Wala akong boyfriend. Sa'yo na ako." Sabay tingin ng diretso sa mga mata nito.

Biglang naging seryoso ang mukha ni Diego. "Ano ba nangyari sa'yo? May nangyaring hindi maganda? O baka naman... may kumuha na ng virginity mo?" biro nito, pero may halong tanong.

Parang tinusok ang dibdib ni Clarice. Hindi lang isa, kundi tatlo... at apat. Pero ngumiti siya ng pilit. "Hypothetical lang, ha... kung sakali, kung may minahal ako at binigay ko sa kanya yung virginity ko, ano'ng mararamdaman mo?"

Napatingin si Diego, pero kalmado ang boses. "Masasaktan ako, oo. Pero hindi kita sisisihin. Kung may nangyari man, ibig sabihin may feelings ka para sa kanya. Hindi kita pipigilan kung yun ang puso mo."

Napalunok si Clarice. Ang bigat ng sinabi niya, pero tinawanan niya na lang. "Hypothetical lang naman."

Dinala siya ni Diego sa sala. Ang sinag ng araw dumadaloy sa malalaking bintana, parang alikabok na kumikislap. Inabutan siya nito ng kape.

"Pagod ka yata?" sabi ni Diego.

Humigop siya ng dahan-dahan. "Hindi kasi ako masyado nakatulog kagabi."

Lumapit si Diego ulit, hawak ang cellphone. "May business trip ako bukas. Kailangan kong lumipad papuntang Davao, meeting. Friday na ako makakabalik."

"Ang bilis naman ng notice," sabi ni Clarice, medyo nagulat.

"Wala eh, biglaan. Habang wala ako, lumabas ka muna, gumala, gawin mo gusto mo. Huwag ka lang ma-bored dito. Pero huwag kang magpapagalaw sa iba ha?"

Tumango siya. "Siyempre! Iyo lang ako."

Gabi na...

Nasa kama si Clarice, nakatuwad, dog-style habang nasa likuran niya si Diego. Ramdam niya ang mga ulos nito sa likuran—doon lang, ayon sa napag-usapan nilang "backdoor" lang.

Kahit masakit pa ang katawan niya mula kagabi, pinilit niyang kayanin. Naisip niya: kung papayagan niya si Diego na dumiretso sa "main door," baka hindi na ito tumigil. Baka araw-arawin siya. At hindi pa siya handa.

Kaya kahit unfair, pinanatili niya ang kasunduan nila: backdoor only. Gusto pa rin niyang itabi ang virginity niya para sa mapapangasawa niya.

"Ang swerte ng magiging asawa mo, Clarice," bulong ni Diego bago tuluyang sumabog.

Nakangiti si Clarice habang naglinis sa banyo, pero pagbalik niya, niyakap siya ni Diego mula sa likod.

"Napansin ko lang... parang medyo maluwag na yung flower mo noong tingnan ko. May nakapasok na ba?" biro nito, sabay halik.

"Of course not! Gusto mo check mo pa," mabilis niyang sagot, depensa agad.

Si Diego tumawa lang. "Joke lang, love."

Ngumiti si Clarice, pero tahimik. Sa loob-loob niya, ilang lalaki na ang nakapasok sa kanya partially sa loob lang ng dalawang gabi. Napunit na ang iniingatan niya pero hindi completely. Birhen pa rin siya pero ramdam pa rin niya ang guilt.

Kinabukasan, Miyerkules...

Umalis si Diego papuntang airport. Pinanood ni Clarice ang kotse hanggang mawala sa kanto bago siya nagpasya pumunta sa resto ni Diego sa downtown.

Pagdating niya, puno na ng customers, amoy garlic rice at kape sa paligid. Paupo na siya sa counter nang mapansin ang isang pamilyar na mukha sa private corner—isang malapad ang balikat na lalaki, naka-polo, may itim na kape sa mesa.

"Arman?" bulalas niya.

Napangiti ang lalaki. "Yvonne. Sakto, ikaw talaga ang hinahanap ko."

Naupo siya, halatang nag-aalangan. "Bakit ninyo ako gustong kausapin?"

Sumandal si Arman. "Wala lang. Gusto ko lang na ipaalam sa iyo na safe yung video mo at walang makakakilala sa iyo."

"Mabuti naman kung ganoon. Wala kasing nakakaalam na ganito ang sideline ko. Kailangan ko lang talaga ng pera kaya ko nagawa iyon. At tsaka alam mo naman na virgin pa ako pero salamat at tumupad kayo sa usapan na hindi nyo ako babasagin." Ang sabi ni Clarice na medyo nahihiya.

"Oo naman. Nabalitaan ko pala na hindi ka raw sumasama sa mga customer mo para ilabas. Totoo ba yun?" Tanong ni Arman.

Nahihiyang napayuko si Clarice.

"Ang totoo ay hindi ako sumasama sa customer para ilabas pero....ginagawa namin ng customers ko sa VIP room. Pero sa likod-bahay lang talaga. Pero hindi na ngayon. Tapos na ako sa ganoong gawain." Nahihiyang sagot ni Clarice.

"Eh kung ilalabas kita pwede ba?" Serysong tanong ni Arman.

"Po? Naku eh hindi po pwede. Nangako ako sa boss ko na hindi ako magpapalabas." Nahihiyang sagot ni Clarice.

"Hindi niya naman malalaman eh. At tsaka, nakita ko na ang lahat sa iyo at alam ko na hinahanap-hanap mo yung bagay na iyon. Naiinggit nga ako kina Randy, Jerome, Nick at Robin eh. Sana pagbigyan mo ako." Ang sagot ni Arman.

Hindi kaagad nakapagsalita si Clarice. Naalala niya ang mga maiinit na sandali niya sa araw ng shooting kaya naman nakaramdam na naman siya ng arousal.

"Eh baka kasi malaman ni boss eh, nangako akong hindi ako lalabas kasama ang ibang lalaki. Magagalit yun." Nag-aalangan na sagot ni Clarice.

"Walang makakaalam. 20k isang gabi. Pag-isipan mo. Malaking tulong din yan. At hindi kita babasagin promise." Ang sabi ni Arman.

Matagal bago nakasagot si Clarice.

Hindi naman niya boyfriend si Diego at hindi siya pag-aari nito. Hindi naman siya magtataksil dito dahil wala silang relasyon, pilit niyang paliwanag sa sarili.

"Pag-isipan ko po muna." Nahihiyang sagot ni Clarice.

"Kung nakapagdesisyon ka na ay i-text mo ako." Sabi ni Arman sabay tayo.

KABANATA 30

ANOTHER INSTALLMENT

Gabi.....

Natagpuan ni Clarice ang sarili sa lobby ng hotel kasama si Arman na nakaakbay sa kanya patungo sa hotel room.

Pagkasara ng pinto, ramdam agad ni Clarice ang kakaibang bigat ng hangin sa loob ng kuwarto. Amoy ang mura at matapang na pabango, hinalo sa bagong laba na kumot. Nakatayo siya, mahigpit ang hawak sa bag.

Binaba ni Arman ang susi at jacket sa lamesa, kalmado ang kilos, pero halatang may plano.

"Parang tensyonado ka," wika niya habang papalapit. "Relaks lang."

Hinawakan niya ang baba ni Clarice, dahan-dahang itinagilid ang mukha nito. Dumampi ang labi niya—una'y banayad, parang sumusubok, hanggang sa humigpit at lumalim. Nakasandal lang si Clarice sa malamig na dingding, nakakuyom ang mga daliri.

Sa utak niya, muling bumalik ang boses ni Izza: "Installment process... little by little."

Mabilis uminit ang halik ni Arman. Gumapang ang kamay niya sa likod ni Clarice, sinusundan ang hugis ng katawan hanggang lumapat sa bewang. Ramdam ni Clarice ang init ng katawan ni Arman na dumidikit sa maninipis niyang damit.

"Ang ganda mo, Yvonne," bulong niya sa tenga.

Napapikit si Clarice, ninanamnam ang kaba at pagkasabik habang dumadampi ang magaspang na balbas ni Arman sa kanyang leeg.

Uminom si Clarice ng contraceptive nang hapong iyon para makasigurado siya na hindi siya mabubuntis.

"Basta... virgin pa ako. Kahit ano, basta huwag mong kunin 'yon," nanginginig ang tinig ni Clarice.

"Alam ko," sagot niya, halos pabulong.

Bumaba ang halik niya sa balikat ni Clarice, habang banayad na gumuguhit ang mga palad niya sa balat. Unti-unti siyang humiga, hinayaan ang bigat ni Arman na pumatong sa kanya.

Tinanggal nito ang damit niya isa-isa, sinasabayan ng halik sa bawat bahagi ng katawan. Hindi man buo ang kagustuhan ni Clarice, ramdam niya ang kakaibang kuryente na ayaw niyang maramdaman. Para bang niloloko ng katawan niya ang isip niya.

Nang maramdaman niya ang dulas ng langis sa kanyang likuran, alam na niya ang nais nito. Pinatalikod siya, at ramdam niya ang unti-unting pagpasok sa daan na hindi niya inaasahan. Napakagat siya ng labi, pilit nilalabanan ang halong sakit at kakaibang sarap.

Pinagpatuloy ni Arman ang mabibigat na galaw, sinasabayan ng kamay niyang gumagalugad sa pinaka-sensitibong parte ng katawan ni Clarice. Hindi na niya napigilan ang sarili at napaungol, kahit ang puso niya ay ayaw tanggapin.

Pagkaraan ng ilang sandali, itinigil ni Arman ang ginagawa at itinutok sa hiyas niya. Agad siyang nakiusap:

"Huwag! Hindi pa ako handa... virgin pa ako." Ang sabi ni Clarice na nag-aalala.

"Hindi ko sisirain. Hanggang ulo lang. Hindi ko pupunitin. Katulad lang noong shooting." tugon ni Arman habang pilit na umuusad.

Walang nagawa si Clarice kundi magpaubaya. Ramdam ni Clarice ang bigat ng bawat kadyot—hindi buo, pero sapat para maramdaman niyang nanganganib na mabasag ang pinakaiingatan niya. Habang paulit-ulit, unti-unti niyang nararamdaman ang hapdi at kirot.

"Please... tama na, Arman," pagsusumamo niya. "Nasasaktan ako..."

May kaba si Clarice kaya hindi siya masyadong na-arouse kaya masakit ang ginagawa sa kanya. Naalala niya ang sabi ng doktora na madaling pasukin ang babaeng aroused na aroused kaysa hindi.

Pero hindi tumigil si Arman. Pinilit niyang tiisin, hanggang sa sa isang iglap, may matalim na sakit na dumaan sa kanya. Parang may napunit, kahit kaunti lang.

"Aray! Masakit! Tama na yan! Parang may napunit sa akin!" Ang sabi ni Clarice na halos maiyak. Kailangan niyang makaipon kaya siya sumama kay Arman at nangako ito na hindi siya babasagin.

Patuloy si Arman sa pagbayo dahil hindi niya makontrol ang sarap na nararamdaman sa init na dala ng hiyas ni Clarice. Pilit siyang itinutulak ni Clarice pero patuloy si Arman sa pagbayo. Napabuka nito paunti-unti ang hymen ni Clarice pero hindi pa rin sapat para makapasok ng buo.

Nakaramdam si Clarice ng matinding sakit ng umulos ng matindi si Arman nang magpakawala ito ng lakas sa loob ni Clarice. Ramdam ni Clarice ang init na pumasok sa sinapupunan niya.

Nang matapos ang lahat, tulala siyang nakahiga, nanginginig, at lumuluha. Pakiramdam niya, may nawala sa kanya, kahit hindi pa lubos.

Nagmamadali siyang kinuha ang cellphone, sinilip ang sarili, pilit tinitignan kung ano ang nangyari. Nakita niya, may kaunting pagbabago, pero buo pa rin ang pinakaiingatan niya. Naalala niya ang sinabi ng doktor: matibay, hindi basta mapupunit. Dahan-dahan lang daw, hanggang numipis.

Huminga siya nang malalim. Buo pa rin ako... pero hanggang kailan?

Lumipas ang kalahating oras.....

Muling bumalik si Arman, at muling sinubukan. Sa pagkakataong ito, hindi na gaanong nanlaban si Clarice.

"Wala rin akong magagawa. Nagpabayad na ako. At matibay naman ang hymen ko." bulong niya sa sarili.

Nagpaubaya siya kay Arman at malaya nitong nagawa ang gusto kay Clarice. Nagpumilit ito na makapasok ng todo pero nanlaban si Clarice. Malakas si Arman kaya wala siyang nagawa sa marahas na pagbayo nito sa kanya, kahit na ulo lang ng sandata nito ang nakakapasok. Para siyang nire-reyp.

Salitan sa harap at likod na pintuan ang ginagawa ni Arman sa kanya na nagpatindi ng ligayang nararamdaman,

May epekto pa ng droga sa katawan niya kaya bagaman at nasasaktan ay kakaibang ligaya ang naramdaman ni Clarice. Ang isipin na wala siyang kalaban-laban ay nagbibigay ng thrill and excitement sa kanya hanggang sa makarating si Clarice sa sukdulan.

Isang matinding ulos ang pinakawalan ni Arman at inilabas nito sa loob ng sinapupunan ni Clarice ang lakas niya. Napangiwi si Clarice sa sakit at alam niyang napunit ulit ang hymen niya. Bahagyang napabuka nito ang hymen ni Clarice at nabatak kaya napunit ng konti.

Sa bandang huli, naiwan siyang umiiyak sa kama, habang si Arman ay nakangising lihim.

May bahid ng konting dugo ng bunutin ni Arman ang armas niya at hindi iyon alam ni Clarice.

"Ang sarap mo Clarice! Tumupad ako, virgin ka pa din." Sabi nito at nagbihis.

Kinagabihan, nakabalik si Clarice sa apartment. Halos hindi siya makalakad nang maayos, ramdam pa rin ang kirot.

Humilata siya sa kama, yakap-yakap ang sarili, naguguluhan. *"Hayop... bakit nagustuhan ko kahit ayaw ko?"*

Sa loob ng apat na araw, paulit-ulit siyang nakipaglaro sa apoy, pero buo pa rin ang pader na pinoprotektahan siya. Ang natira, hiwa-hiwang konsensya at takot.

Naisip niya, nagtaksil ba siya kay Diego? May usapan silang hindi siya magpapagalaw sa ibang lalaki dahil siya na ang sumusuporta sa kanya. Binigyan siya ng malaking allowance para tumigil sa pagiging birheng pokpok pero pumayag siya sa gusto ni Arman.

Inusig ng konsensiya si Clarice at hiyang-hiya sa sarili. Hindi niya alam kung papaano haharapin si Diego.

Huwebes ng Umaga...

Nagising si Clarice sa mahinang ugong ng aircon at sa tunog ng mga traysikel na dumaraan sa labas ng bahay ni Diego. Pumasok ang mapusyaw na liwanag ng araw sa kwarto sa pagitan ng kalahating nakasarang kurtina, at parang guhit-guhit itong tumama sa kama.

Dahan-dahan siyang dumilat, at unti-unting naalala na hindi siya nasa apartment niya. Nasa bahay siya ni Diego. Tahimik. Para bang may nakabalot na hindi nakikitang kumot ng katahimikan sa paligid.

Parang multo na ayaw lumisan, bumalik sa isip niya ang mga pangyayari kagabi. Ang bigat ng gabi, ang kaba, ang takot na baka may mga lihim siyang hindi sinasadyang lumabas at makarating sa mga taong hindi dapat makarinig. Napabuntong-hininga siya, pilit inaalis sa isip ang lahat.

Tumayo siya at nagpunta sa maliit na kusina. Nagsalang ng pritong itlog, tinapay, at kape—simple lang, pero sapat na para maramdaman niyang normal ang lahat. Habang nagluluto, bigla niyang hinanap ang remote at binuksan ang TV. Umalingawngaw sa bahay ang boses ng news anchor.

Nang marinig niya ang susunod na balita, natigilan siya.

"Breaking news ngayong umaga: Si Mayor Willie Villarico ng San Fernando City, kasama ang kanyang bodyguard at apat na pulis—nakilala bilang sina Luis Mendez, Adrian Cruz, Nathan Fernandez at Mark Javier—ay nasawi kagabi sa isang aksidente. Nawalan daw ng kontrol ang SUV na sinasakyan nila at bumangga sa concrete barrier. Tinitingnan pa ng mga awtoridad pero lumalabas na brake failure ang posibleng dahilan..."

Parang nanigas si Clarice.

Luis. Adrian. Mark. Nathan.

Mabilis bumalik sa isip niya ang mga sandali kasama ang mga pulis na iyon, ilang araw pa lang ang nakakalipas. Naalala niya kung paanong tinanggap siya sa bahay nila, kung paanong unti-unti siyang binasag at binuo ng kakaibang proseso. Naalala rin niya ang kaba at bigat ng konsensya nang umalis siya sa kanila. May kabaitan din ang mga iyon, sa kakaiba nilang paraan. Pero naging saksi rin sila sa isang bahagi ng buhay niya na pilit niyang inilihim kay Diego.

At ngayon... wala na sila. Wala nang makakaalam ng lihim niya.

KABANATA 31

BIRTHDAY PARTY

Dalawang araw niyang pinilit kalmahin ang isip niya.

Nang marinig niya ang sasakyan ni Diego sa labas, bigla siyang natuwa. Pagbukas ng pinto, sinalubong siya nito ng pagod pero mainit na ngiti.

"Na-miss mo ba ako?" tanong nito.

"Syempre naman," sagot niya, sabay yakap.

Lumipas ang maghapon na parang normal lang—late breakfast, lakad sa tabing-ilog, dumaan sa resto para kumustahin. Kinagabihan, sabay silang nagluto. Madali ulit ang tawanan nila, parang bumalik yung dati.

Pagsapit ng gabi, muli nilang ginawa ang ritwal.

"Ang magiging asawa mo Clarice, sobrang swerte. Isa kang ekspertong birhen!" bulong ni Diego habang nakatuwad siya at binabayo bi Diego sa likod bahay.

Ginawa nila ang kanilang ritwal, pero gaya ng dati, hindi niya pinapasok si Diego sa hiyas niya. May bahid ng guilt dahil ang daming lalaking halos nakapasok na sa main door, pero si Diego, hindi pa rin. Walang kamalay-malay si Diego na maraming nagtangkang butasin si Clarice.

Pagkatapos nila, pumikit si Clarice at huminga ng malalim. Nahihiya siya kay Diego dahil ibinigay niya ang sarili sa ibang lalaki gayong may usapan na sila na hindi niya na gagawin iyon kaya guilty masyado ang nararamdaman ni Clarice.

Kinabukasan pagkagising ni Clarice, nadatnan niya si Diego sa may veranda, may hawak na tasa ng kape habang nakatingin sa malayo. Medyo seryoso ang mukha nito kaya agad siyang naupo sa tabi.

"Clarice," bungad ni Diego, "simula bukas, ipapasara ko muna ang restaurant at yung bar ng dalawang linggo. May renovation na gagawin at kailangan ko ring lumipad abroad para asikasuhin yung ilang investments."

Medyo nagulat si Clarice. "Talaga? Ang tagal din pala nun."

Tumango si Diego. "Oo, pero huwag kang mag-alala. Yung allowance mo, pati sahod mo bilang waitress at yung kita mo sa bar, tuloy-tuloy pa rin kahit naka-break tayo."

Napangiti si Clarice, ramdam ang pag-aalala ni Diego sa kanya. "Salamat, Diego. Pero siguro, dito na lang ako sa Angeles habang wala ka. May plano kasi akong sumubok kumanta sa isang lokal na bar. Gusto ko ring kumita sa sarili kong paraan."

Tumaas ang kilay ni Diego, pero halata sa ngiti ang suporta. "Maganda yan. Gusto kong makita na pinu-pursue mo yung talento mo. Kung gusto mong kumanta, gawin mo. Full support ako sa'yo."

"Talaga? Salamat Diego!" Natutuwang sabi ni Clarice sabay halik kay Diego.

Kinabukasan, bago lumipad si Diego papuntang abroad, inihinatid pa siya nito sa terminal. "Mag-iingat ka ha, Clarice. At tandaan mo, andito lang ako kahit malayo."

"Oo, Diego. Ingat ka rin. Salamat sa lahat."

Pag-alis ni Diego, hindi na nag-aksaya ng oras si Clarice. Dumiretso siya sa isang bar at restaurant sa Angeles at nag-apply bilang singer. Nag-audition siya agad at ikinagulat niya nang agad siyang tanggapin ng manager.

"Maganda ang boses mo, Miss Clarice," wika ng manager. "Kaya simula bukas, pwede ka nang kumanta dito. Bibigyan ka namin ng isang libo bawat gabi."

Halos hindi makapaniwala si Clarice. "Talaga po? Maraming salamat!"

Kinabukasan ng gabi, suot ang simpleng bestida at may kaunting ayos, tumayo si Clarice sa harap ng mga kostumer ng bar. Kinakabahan siya noong una, pero nang magsimula siyang umawit, dahan-dahang nawala ang kaba. Pumalakpak ang mga tao at marami ang humanga sa kanyang tinig.

Pagkatapos ng kanyang set, tinawag siya ng manager.

"Clarice, may magandang oportunidad para sa'yo. May event kasi ngayong weekend, isang exclusive birthday celebration ng presidente ng isang kumpanya. Limitado lang ang imbitado at gusto ka naming irekomenda para kumanta roon."

Agad na lumiwanag ang mga mata ni Clarice. "Wow, opo sir, gusto ko po!"

"Maganda. Eto yung detalye. Contactin mo na rin yung organizer para mapag-usapan ninyo."

Kinagabihan, nagkaharap ang organizer at si Clarice at laking gulat ni Clarice sa offer. 10,000 pesos ang bayad sa kanya na hindi niya matanggihan. Kakanta lang siya two days from now.

Nagdesisyon si Clarice na Yvonne ang gamiting pangalan sa event.

Araw ng birthday....

Nakatayo si Clarice sa makipot na hallway sa likod ng entablado. Ramdam niya ang mabilis na tibok ng kanyang dibdib.

"On ka na Yvonne?" bulong ng staff habang itinuro ang kurtina.

Pagdilim ng ilaw, natahimik ang mga higit dalawampung bisita. Pagbukas ng spotlight, siya agad ang natutukan—nakasuot ng pulang bestida na kumikislap sa bawat galaw.

Napatigil ang mga lalaki, halos sabay-sabay na umusog palapit.

Kasabay ng unang tugtog ng mabagal na jazz, dumaloy ang boses ni "Yvonne", mababa, mapang-akit, at dumampi sa pandinig ng lahat. Marahan niyang iginagalaw ang balakang, kaakit-akit, habang ang laylayan ng bestida'y sumasabay sa musika.

Sandali niyang tinapunan ng tingin ang mga nanonood, pero hindi nanatili sa isang mukha. Napansin niya ang ngiti ng birthday boy—pamilyar, para bang alam nitong may kasunod pa ang palabas.

Nagulat si Clarice, hindi lang gulat. Nagimbal siya. Ang presidente ng kompanya na may birthday ay ang customer niyang middle-aged man sa loob ng VIP room na gumamit sa kanya matapos ang shooting niya.

Nakangiti ang lalaki sa kanya at pilyong nag-flying kiss sa kanya. Lumakas ang kabog ng dibdib ni Clarice pero nagpatuloy siya sa pagkanta. Ang lalaki naman ay tinawag ang staff at may ibinulong.

Nang matapos ang kanta, ibinaba niya ang mikropono, bahagyang yumuko. Umalis sa entablado habang umaalingawngaw ang palakpakan ang mga tao. Sinundan si Clarice ng staff at may ibinulong.

"Miss Yvonne, request ni boss na samahan mo siya sa mesa niya. Bibigyan ka daw niya ng bonus." Sabi ng lalaki.

Nagdalawang-isip si Clarice. Pero naisip niya na wala na siyang maitatago sa lalaki dahil nagalugad na nito ang lahat ng bahagi ng katawan niya kaya pumayag na rin siya.

Maya-maya ay tumabi na si Clarice sa lalaki at nginitian ito.

"Yvonne, hindi ko akalain na ikaw pala ang kakanta sa birthday ko. Talented ka talaga, lalo na sa microphone...." Ang bulong ng lalaki na nanunukso.

Namula si Clarice sa biro ng lalaki. Naalala niya ang ginawa nila sa loob ng VIP room. Eksperto nga siya sa microphone kahit virgin pa siya. Naligayahan siya sa ginawa ng lalaki dahil noon oras na iyon ay hindi nawawala sa isipan niya ang ginawa ng dalawang kapareha sa shooting.

Pero desidido si Clarice ngayong gabi na hindi ibibigay ang sarili sa kahit sinong lalaki dahil nangako siya sa sarili na kay Diego lang siya bilang paggalang na din sa usapan nila.

"Happy birthday po.." Bulong niya.

Masayang nagkipagkwentuhan si Clarice sa lalaki at nalaman ni Clarice na madalas ito sa Love Boat bar. Naging palagay ang loob ni Clarice sa lalaki kaya ininom niya ang bigay nitong red wine.

Ang hindi alam ni Clarice, nilagyan ng lalaki ng Pleasure X drug ang inumin niya.

"Hindi ka na pala pumapayag ilabas Yvonne. Sayang gusto pa naman sana kitang matikman ngayon." Sabi ng lalaki.

"Opo. Pasensiya na po kayo pero tumigil na po ako sa ganoong gawain kaya pagkanta na lang ang ginagawa ko. Natatakot po kasi akong mabasag ang virginity ko." Paliwanag ni Clarice.

"Ang swerte ng lalaking makakabasag sa virginity mo." Ang sabi ng lalaki sabay kindat kay Clarice.

Lumipas ang oras. Unti-unting nagpaalam ang mga bisita, hanggang sa lima na lang ang natira—ang birthday boy, at apat na hindi niya kilala.

Maya-maya, inalalayan siya ng birthday boy. "Sayaw tayo," anito.

Nag-alinlangan siya saglit pero tumayo rin. Sa dance floor, ipinatong ng lalaki ang kamay sa kanyang balakang, hinila siya palapit. Ramdam niya ang init ng katawan nito.

Umepekto na ang alak at ang Pleasure X drug kaya nakaramdam na naman si Clarice ng matinding arousal. Pinipigilan niya ang sarili pero may kung anong kilig ang hatid ng pagsasayaw nila sa dance floor.

Hindi nagtagal, isa-isa na ring lumapit ang apat na kaibigan ng lalaki. Pinalibutan siya nito sa pagsasayaw. Nakipag-partner siya sa bawat lalaki sa pagsasayaw at habang tumatagal ay mas nagiging mapangahas ang kamay ng mga ito.

Nagsimula sila sa pagsasayaw na nakahawak sa beywang ni Clarice pero maya-maya ay dumudulas ang mga kamay nila at hinahagod ang balakang, likod, balikat at sa gilid ng hita niya.

"Grabe ka, Yvonne... ang ganda ganda mo," sabi ng isa, habang dumudulas ang mga daliri nito sa kanyang dibdib.

Napasinghap siya, hindi alam kung dahil sa lamig, sa alak, o sa haplos. Ramdam niya ang kakaibang init na pumipintig sa loob niya.

Unti-unting nagiging mas malapit, mas mabagal, at mas intimate ang sayaw. Naramdaman niyang napapagitnaan siya—isang kamay sa kanyang likod, sa bandang pwitan niya, isa pa sa harap, halos nakulong siya sa pagitan nila. Parang eksena sa pelikula na ayaw na niyang maalala.

Ang mga kamay ng lalaki ay nagsimulang himasin ang ibat-ibang bahagi ng katawan niya, sa likod, sa balikat, sa pwitan, sa dibdib, sa hita at sa bagay na nasa gitna niyon. Napasinghap siya sa ginagawa ng mga ito sa kanya.

"Halika na..." bulong ng birthday boy, sabay hila sa kanya papunta sa isang pribadong kuwarto.

Tumibok nang malakas ang puso niya. Alam niyang delikado, pero ang halong alak, at atensyon ay parang apoy na hindi niya mapatay.

Sa loob, nagsimula ang mga halik—isa sa labi, isa sa leeg, sa dibdib, sunod-sunod, hanggang hindi na niya alam kung sino ang nauna. Gusto niyang tumanggi pero iba ang sinasabi ng katawan niya.

Dahan-dahan, naglakbay ang mga kamay nila sa kanyang balat, hinuhubaran siya habang pilit niyang kinukumbinsi ang sarili na kontrolado niya ang sitwasyon. Pero sa bawat haplos, sa bawat dampi ng labi, lalo siyang natatangay.

Hanggang sa ihiga siya ng mga ito. Sa pagitan ng takot at sarap, hindi na niya alam kung alin ang nangingibabaw.

Hinubaran siya ng mga ito, at muling tinangay ng kanilang mga halik at haplos. Pilit siyang nagpumiglas, ngunit sa dami nila, mabilis siyang natalo....o nagpatalo.

Nadarang siya sa apoy at nagliyab. Hindi na siya tumanggi sa gusto ng mga ito. Nawala na siya sa sarili at dinama ang ginagawa sa kanya ng limang lalaki.

Muli, nag-take over ang wild side ni Clarice.

Salitan ang mga lalaki sa pagsimsim ng nectar sa bulaklak niya kaya hindi alam kung saan ibabaling ang ulo. Habang abala ang labi ng isa sa hiyas niya ay dalawang lalaki naman ang abala sa magkabilang nipples niya na halos magpatirik sa mga mata niya.

Nadarang ng husto si Clarice sa sobrang ligaya at nawalan siya ng pakialam kung mawala man ang iniingatan niya ng mga oras na iyon. Tiwala siya na matibay ang hymen niya at kahit lima pa sila, hindi siya kayang butasin ng mga ito. Nagpaubaya siya sa ginagawa ng bibig ng mga lalaki sa hiyas niya

Makailang beses nakarating sa dulo si Clarice at hindi siya makapaniwala sa nangyayari. Maya-maya ay hinawakan nila ang kamay at binti ng dalaga para hindi makapiglas. Papasukin na siya.

"Huwag! Hindi kasama sa usapan ito!" Ang sabi ni Clarice na kinakabahan.

Matinding sakit ang naramdaman ni Clarice nang isa-isang nagtangkang pumasok ang mga bisita sa pintuan niya kaya nagpumiglas siya pero wala siyang magawa.

"Virgin ka pa pala Yvonne. Pagkatapos nito eh bye-bye virginity na!" Sabi ng isa.

Tiniis niya ang sakit ng bawat bisitang nagtangkang basagin iyon. Ramdam na ramdam niya ang pagkapunit ng pagkabirhen niya at alam niyang hindi iyon maliit na punit lang.

"Aray! Tigilan nyo na yan please!" Pagmamakaawa niya pero tuloy lang sa pagbayo ang lalaki.

Tulad ng mga nauna, lahat ng pwedeng pasukin ay pinasok ng mga ito ng sabay-sabay. Kahit nasasaktan ay nandoon pa rin ang sarap kaya naman ilang sandali pa ay halos mabaliw si Clarice sa ligaya.

Ramdam na ramdam ni Clarice na bubuka-sisikip ang hymen niya sa pagpupumilit ng mga lalaki pero wala pa ring makapasok. Pero ang paulit-ulit na pagtatangka ng mga ito ay nagawang punitin paunti-unti ang hymen niya na dahan-dahan lumuluwag.

Maya-maya pa ay nilabasan si Clarice.

Nakaramdam ng matinding sakit si Clarice matapos siyang labasan ulit kaya nagpumilit na naman siyang makawala pero patuloy ang nasa ibabaw niya na magtagumpay.

Maya-maya ay isa-isang nagpalabas sa loob niya ang mga lalaki. Mabuti na lang uminom siya ng contraceptive bilang paghahanda.

"Grabe ka! Ang tibay ng hymen mo! Parang goma sa tibay!" Ang sabi ng birthday boy sabay abot sa kanya ng sobreng nagkakahalaga ng 100k.

Pagkatapos ng lahat, nakaupo siya sa gilid ng kama, nanginginig at umiiyak. Bumalik na sa katinuan ang isip niya na kanina lang ay baliw na baliw sa sarap.

Lumakad siya patungong banyo, nagkulong. Nanginginig ang mga kamay nang silipin niya ang sarili.

At doon siya natigilan.

Dugo. May bahid ng dugo. Konti lang naman.

Nagsimula na ang maliliit na pagkabasag ng kanyang pinakaiingatan.

Isa na namang yugto. Isa na namang lamat.

At habang nakatingin siya sa repleksyon ng sariling mga mata, napaiyak siya. Ang Supergirl na iniisip niya dati—unti-unti na ring nadudurog.

"Hindi ko na uulitin ito! Ayaw ko na!" Ang sabi niya sa sarili.

KABANATA 31

KNIGHT IN SHINING ARMOR

ALAS-DOS NA NG MADALING-araw nung makaalis siya sa venue. Malamig ang hangin sa labas, tahimik ang mga kalsada. Mabigat ang bawat hakbang niya—ramdam niya ang kirot sa katawan, lalo na doon.

Medyo hirap siyang maglakad, at yung tunog ng takong ng sapatos niya, parang kumakanta ng pagod sa bawat pagtapak.

Awang-awa siya sa sarili dahil ang pakiramdam niya ay napakababang uri na siya ng babae. Sinong matinong birhen ang papayag na limang lalaki ang magtangka sa pagkabirhen niya? Sino pa ang magmamahal sa kanya ng totoo kapag nalaman ng lalaki na may karanasan na siya sa mahigit tatlumpung kalalakihan?

Naging stripper siya, naging birheng pokpok, naging porn star at adventurer sa sex. Isang pakawala at kaladkaring birhen.

Bagaman at buo ang hymen niya ay hindi siya confident na sabihin na virgin pa talaga siya. Ilang ulo na ng sandata ang medyo nakapasok sa bukana ng hiyas niya at ilan sa mga ito ang nagpabuka ng opening ng hymen niya. Ilan beses na rin nabahiran ng katas ng lalaki ang sinapupunan niya.

Hirap siyang maglakad dahil masakit ang parehong pintuan niya dahil sa serbisyong ginawa niya sa mga lalaki. Diring-diri siya sa sarili.

Habang naglalakad siya papunta sa hintayan ng taxi, may apat na lalaking puro tattoo ang lumapit. Halatang mga siga—lahat may tattoo sa braso.

"Hi Miss ganda, saan ka pupunta?" tanong nung isang may hikaw sa ilong habang nakatitig kay Clarice.

"U-uwi na ako..." kinakabahang sagot ni Clarice.

"Hatid ka na lang namin, para safe ka." ngisi ng isa pa.

"Tha-thanks... pero kaya ko nang mag-isa." kinakabahang sagot ni Clarice.

"Hindi kami masamang tao. Ihahatid ka lang namin." sabay abot nung isa sa kamay ni Clarice.

"Wag! Layuan niyo ako!" sigaw ni Clarice, halatang nagpa-panic.

"Wag ka ngang maarte! Magkano ba para makasama ka namin ngayong gabi?" tawa nung isa.

"Hindi ako pokpok! Mga hayop kayo!" Galit na sigaw ni Clarice sabay lakad palayo. Medyo napahiya siya sa binitawang salita.

"Wala ka nang kawala! Habulin niyo!" sigaw ng lider.

Pagkarinig nun, mabilis na tumakbo si Clarice. Lumingon siya at nakita niyang humahabol ang mga lalaki habang nagtatawanan.

Pagharap niya sa unahan, bumangga siya sa isang matangkad na lalaking mahaba ang buhok at naka-leather jacket.

Natisod si Clarice at kinabahan, iniisip na baka kasama rin ng mga humahabol yung lalaki. Pero bago pa siya bumagsak, sinalo siya nito at marahang itinayo. Nagtama ang mga mata nila—at ngumiti ang lalaki.

Nakita ni Clarice na kalmado ang lalaki. Kahit mahaba ang buhok, may bigote, at mukhang bad boy, halatang gwapo ito. Relax lang ang itsura at parang hindi takot sa mga humahabol.

"May ginawa ba silang masama sa'yo?" tanong ng lalaki sa malamig pero kalmadong boses.

Biglang gumaan ang pakiramdam ni Clarice. Kahit ngayon lang niya ito nakita, para bang safe siya sa piling ng lalaki. May kakaibang tibok sa puso niya habang nakayakap ito sa kanya.

Binitiwan na siya ng lalaki nang mapansin ang hiya niya. Inilagay siya nito sa likod niya at hinarap ang apat.

"Mga tol, madaling-araw na. Umuwi na lang kayo." kalmadong sabi nito habang pasenyas kay Clarice na manatili sa likod niya.

"Tanga ka ba? Umalis ka kung ayaw mong masaktan!" sigaw ng lider.

"Talaga?" ngiti ng lalaki, parang may kumpiyansa.

Kitang-kita ni Clarice ang tapang sa mga mata ng lalaki.

Biglang umatake ang lalaking may mahabang buhok. Isang malakas na front kick ang bumaon sa sikmura ng isa, sabay spinning back fist sa ulo nung isa pa.

Agad bumagsak ang dalawa at nawalan ng malay.

Yung natirang dalawa, natakot at tatakbo na sana, pero nahawakan agad ng lalaki ang kwelyo nila. Tig-isang suntok sa ilong—bagsak din sa sahig.

"Buhatin niyo mga kasama niyo at umalis kayo! Subukan niyong bumalik at tatawag ako ng pulis! Umalis na kayo!" sigaw ng lalaki.

Dali-daling binuhat ng dalawa ang mga kasama at tumakbo.

Pagharap ng lalaki kay Clarice, ngumiti ito.

Hindi makapaniwala si Clarice na may lalaki na ipinagtanggol siya. At napakaguwapo! Bukod doon ay matangkad ito at maganda ang pangangatawan, parang atleta. Bilib na bilib siya sa galing nito. Para siyang nasa fairy tale—may knight in shining armor na dumating.

"Okay ka lang ba, Miss?" tanong ng lalaki.

Ilang segundo pa bago nakasagot si Clarice. Ngayon lang ulit siya nakaramdam ng ganito. Kahit si Paolo na dati niyang crush, di niya naramdaman ang ganito. At sa isang iglap, parang nahulog na agad ang puso niya sa lalaki.

"O-okay lang. Salamat talaga sa pagligtas sa'kin." Nahihiyang sagot ni Clarice.

"Hindi ko alam kung anong ginagawa mo rito ng ganitong oras. Delikado dito, madaming luko-luko." sabi ng lalaki sabay hubad ng leather jacket.

Medyo nahiya si Clarice. Totoo nga naman, ano nga bang ginagawa niya sa labas nang ganitong oras? Hindi siya pokpok, pero ang ginawa niya sa mga lalaki kanina, daig pa ang pokpok.

"O, isuot mo. Umuulan at basang-basa ka. Baka magkasakit ka. Gusto kitang ihatid, pero nagmamadali ako. Parating na ang bus at kailangan kong makauwi agad. Ihahanap na lang kita ng taxi." inabot ng lalaki ang jacket.

"Paano ka? Ikaw ang mababasa." nag-aalalang sagot ni Clarice.

"Wag kang mag-alala. May extra jacket, t-shirt, at towel ako dito sa bag. Tsaka malakas ako, di ako tatablan ng konting ulan!" natawang sagot ng lalaki.

Napatawa rin si Clarice, at nawala ang kaba niya. First time niyang makaramdam ng ganito. Iba ang tibok ng puso niya. Ganito ba ang love at first sight?

Pero hindi sa hitsura ng lalaki na-attract si Clarice. May kakaibang aura ang lalaki na higit sa lahat ng lalaking nakilala niya.

"Anong pangalan mo?" tanong ni Clarice, curious.

"LARRY." simpleng sagot ng lalaki habang kumakaway para huminto ang taxi.

Huminto ang taxi, binuksan ni LARRY ang pinto at inalalayan siyang sumakay. Kita sa mukha niyang nagmamadali.

"Ano ang name mo miss?" Tanong ng lalaki sa kanya.

"Clarice ang name ko." Ang sagot ni Clarice.

"Goodbye Clarice. Ingat ka sa pag-uwi. Kailangan ko nang umalis, nandyan na yung bus. Sana magkita pa ulit tayo Clarice!" ngumiti ito bago tumalikod at sumakay ng bus pa-Manila.

Iyon ang pinakamagandang ngiti na nakita ni Clarice sa buong buhay niya.

Sa loob ng taxi, niyakap niya ang sarili habang ramdam ang init ng leather jacket ni LARRY. Ngiti lang siya ng ngiti buong byahe, nakalimutan na niya ang pangyayari kaninang pinagtulungan siya ng limang lalaki na basagin ang virginity niya.

Nakaramdam ng lungkot si Clarice. Gusto niyang makita ulit si LARRY. Gustong-gusto. Ngayon lang siya nakaramdam ng ganito sa isang lalaki at nahihiya siya sa sarili na kung kailan niya nakita ang man of her dream ay napakadaming lalaki na ang nagtampisaw sa puri niya.

At nakilala niya pa ito matapos siyang halinhinang pinaligaya ng limang lalaki.

Masasabi ba niya ang totoo at ang lahat sa lalaking mapapang-asawa niya?

Nangako siya sa sarili na hinding-hindi na siya magpapagalaw sa iba at ilalaan ang pagkabirhen sa lalaking mapapang-asawa.

KABANATA 32

THE BEACH OUTING

Pagdating niya sa bahay ni Diego, dumiretso siya sa banyo para maligo, para mawala ang bakas ng nangyari. Pero pagtingin niya sa underwear niya, napaiyak siya.

May bakas ng dugo. Hindi naman marami pero nalungkot siya.

Tinakpan niya ng dalawang kamay ang mukha niya at humagulhol, pilit tinatago ang sakit sa dilim.

"Hindi ko na uulitin yung ganoon. Ayaw ko na. Aayusin ko na ang sarili ko." Ang pangako ni Clarice sa sarili.

Kabit lang siya ni Diego, hindi asawa at ang nangyari kanina ay nagpamulat sa isipan niya na dapat maging tapat siya dito. Dahil sa ginawa niya ay napingasan ng bahagya ang pagkabirhen niya.

Tatlong araw ang nakalipas.....

Inabala ni Clarice ang sarili sa pag-aayos ng bahay ni Diego para maalis sa isipan ang ginawa niya sa birthday party. Paminsan-minsan ay nakakaramdam siya ng arousal tuwing maiisip ang mga pangyayari pero pinipigilan niya ang sarili. Nandoon pa din kasi ang residue ng Pleasure X drug.

Simula ng gabing iyon na makilala niya si LARRY ay pursigido na siyang ayusin ang sarili. Noon gabing yun ay napagtanto niya na may halaga pa siya bilang babae ng iligtas siya ni LARRY. Doon din niya nakita ang sarili na malayong-malayo na siya sa dating si Clarice at gusto niyang maibalik ang dating pagtingin sa sarili.

Habang nakahiga siya sa kama pagkatapos maglinis ng bahay, biglang tumunog ang cellphone niya. Pagtingin niya sa screen, si Izza pala ang tumatawag.

"Hello, Clarice!" masiglang bati ng kaibigan. "Kumusta ka diyan? Busy ka ba ngayong weekend?"

Umupo si Clarice at ngumiti ng pilit. "Ay, hello Izza! Hindi naman, free ako. Bakit?"

"Yun nga eh," sagot ni Izza, puno ng excitement. "Plano naming na pumunta sa beach. Gusto sana naming makasama ka. Matagal na rin tayong hindi nakakapag-bonding."

Napatigil sandali si Clarice. Naalala niya ang mga nangyari nitong mga nakaraang linggo—ang pagiging abala sa restaurant at bar, ang bagong trabaho niya bilang singer, at syempre ang biglang pag-alis ni Diego. Naramdaman niyang kailangan din niyang magpahinga, lumayo sandali, at makasama ang mga kaibigan.

Kailangang makawala siya sa putikan. Kailangang makabalik siya s dating si Clarice.

"Libre ako," tugon niya na may ngiti sa tinig.

"Daanan kita dyan, three days tayo tapos uwi ng Linggo. Don't worry, kami na bahala sa lahat ng plano," masiglang sagot ni Izza.

Napangiti si Clarice. "Perfect. Thank you sa invite, Izza. Excited na rin akong makasama ulit kayo."

Pagkababa ng tawag, nakahinga ng maluwag si Clarice. Sa isip niya, baka ito na rin ang tamang pagkakataon para mag-unwind, makalimot sandali sa stress, at maramdaman ulit ang simpleng kasiyahan kasama ang mga taong mahalaga sa kanya.

At higit sa lahat, pagkakataon para maitama ang mga pagkakamali.

Dumating ang araw ng beach outing nila...

Mataas na ang araw nang bumaba sila sa van at maramdaman ang puting buhangin sa beach resort. Iniikot ni Izza ang braso niya, humihinga ng malalim habang tinatangay ng hangin ang buhok.

"This is it, girls! Gift natin sa sarili natin!"

Puno ng tawanan at kalokohan ang araw—volleyball, swimming, silly dares. Para sa isang sandali, nakalimot si Clarice sa mga mabibigat na alaala.

Hanggang sa napansin niya ang isang lalaking nag-iisa sa tabing-dagat. Matangkad, malapad ang balikat, bronzed sa araw. May aura siya na nakakaakit. Higit sa lahat, ang bukol sa swimming trunks nito. Pumintig ang dibdib ni Clarice, medyo nahihirapan sa dami ng naiisip. May epekto pa din ang Pleasure X.

Napansin rin ng mga kaibigan niya.

"Whoa..." bulong ni Izza. "Nakikita mo 'yon?"

Tumawa si Clarice at nag-roll eyes. Medyo nahihiya pero may kilig. Hindi mawala sa isip niya ang bukol sa trunks ng lalaki.

"Clarice, remember yung sinabi ng doctor... 'little by little thing'?" biro ni Izza.

Nag-init ang pisngi ni Clarice. "Izza! Ikaw ha?!"

Tumawa lang si Izza. "Baka ito na chance mo, alam mo na...installment process."

Umiling si Clarice at sabay tawa, pero sa loob niya, ramdam niya ang kakaibang kilig at tensyon. Ilang installment process na ba ang pinagdaanan niya?

Pagdating ng gabi...

Nagbihis ang mga babae para sa night out sa tabing-dagat. Si Clarice, napahinto sa harap ng salamin. "Bakit kaya iniisip ko yung lalaki kanina?" tanong niya sa sarili.

Nag-enjoy sila sa beach—drinks, tawanan, sayawan. Si Clarice medyo tipsy na sa dami ng ininom, pero alam niyang dapat kontrolin ang sarili. Ramdam niya ang tensyon at kilig, parang may halong excitement at memorya ng nakaraan. May cabana sa beach at doon sila nag-stay.

Pakiramdam niya ay malayang-malaya siya ngayon kasama ang mga kaibigan. Pagkakataon para makabalik sa dating sarili. Dahil mga kaibigan ang kasama ay lalo pang napadami ang nainom niya.

Nang tumama ang alak sa kanya ay naalala niya ang pagsasayaw niya sa Love Boat. Dati ay hiyang-hiya siya at naiiyak pa pero lately, bigay na bigay siya at nag-eenjoy sa pagpapakita ng magandang katawan sa mga manonood. Hindi niya maintindihan ang sarili kung bakit ngayon ay proud na proud siyang ibuyangyang pati ang hiyas niya sa mga manonood.

Maya-maya, may dumating na pitong lalaki, matatangkad at maayos ang katawan. Halatang mga player ng basketball.

"Hi! Good evening! Mukhang nagkakasayahan kayo ah! By the way I'm Bernard, at sila ang mga kasama ko sa basketball team." Pakilala ng mga lalaki.

"He...hello! I'm Izza.... and sila naman.... ang mga friends ko.... si Clarice, Jen...." Sabi ni Izza sa mga lalaki na hindi makapagsalita ng maayos sa dami ng nainom.

"Nice to meet you all!" Ang magiliw na bati ng lalaki at nakipag-usap sa kanilang lahat.

Ang gabi ay puno ng tawanan, musika, at kilig—isang halo ng alaala at excitement. Ang mga mata ni Clarice minsang tumingin sa mga lalaki sa tabing-dagat, at may halong curiosity ....at temptation.

Si Clarice, bagaman medyo tipsy, ay naramdaman ang kuryente ng excitement sa paligid. Nakaramdam siya ng kakaibang init at kilig, parang pabalik-balik ang alaala ng nakaraan, lalo na ang bukol sa trunks ng lalaki.

Habang lumalalim ang gabi, dahan-dahan silang nagkakapalagayan ng mga loob, nakikipagsayaw, nakikihalubilo, at nakikibahagi sa ligaya.

Maya-maya pa, tulog na lahat ng mga kaibigan ni Clarice sa kalasingan at siya lang ang natirang gising. Well, ang pitong lalaki ay gising...gising na gising.

"Sayaw tayo! Tulog na ang mga kaibigan mo!" Sabi ng ng isa sa pitong lalaki.

Tipsy na si Clarice kaya madali siyang makumbinsi ng mga ito. Sa saliw ng malambing na tugtog ay sumayaw ng sumayaw si Clarice. Sinabayan siya ng mga lalaki sa pagsayaw at pinalibutan siya ng mga ito.

Habang nagsasayaw ay sumagi sa isip ni Clarice ang Love Boat at wala sa loob niya na ginawa ang nakasanayan. Dahil sa tama ng alak ay unti-unti niyang hinubad ang two piece bikini niya na siyang ikinatuwa ng mga lalaki.

Hiyawan ang mga ito ng tuluyang mahubad ni Clarice ang bikini at patuloy sa mapang-akit na sayaw. Hinimas ng mga lalaki ang katawan ni Clarice na ang isip ay nasa Love Boat bar pa rin at tila wala sa sarili ang ginagawa.

Maya-maya pa ay inakay siya ng isa sa mga lalaki at inilayo sa mga kaibigan papunta sa madilim na bahagi ng beach kung saan may open cottage. Wala sa sarili na sumama si Clarice.

Agad siyang inihiga ng mga lalaki sa mesa at hindi na siya tumanggi. Kaagad na hinawakan ng mga lalaki ang kamay at mga binti niya para ibuka ito upang malaya nilang magawa ang gusto nila sa dalaga. Salitan ang mga labi ng mga ito sa pagsimsim sa pagkabirhen ni Clarice na noon ay nagsisimulang magdeliryo sa ginagawa sa kanya.

Ang iba ay halinhinang dinedede ang nipples ni Clarice. Hibang na hibang si Clarice sa ginagawa sa kanya kaya nagpaubaya siya. Hilo siya at wala sa sarili na pumapayag sa ginagawa sa kanya.

Maya-maya ay pumatong si Clarice sa lalaki dahil na rin sa nakasanayan niya. Ang isipan nya ay nakapako sa ginagawa niya sa VIP room kung saan ay ikinukuskos niya ang hiyas sa kahabaan ng lalaki.

Nagpapalit-palit si Clarice sa pagkuskos sa pitong lalaki kaya nilabasan siya maya-maya. Matapos labasan ay tsaka niya napagtanto na nasa beach pala siya. Kahit unti-unting lumiliwanag ang isipan niya ay nandoon pa din ang arousal kaya hindi siya tumanggi ng buhatin siya ng mga lalaki para sa standing position.

Hawak ng mga lalaki ang hita niya na nakabukaka para mapasok ng lalaki sa harapan samantalang ang isa ay nasa likod para sa likod-bahay na pinto. Pinasok nila ng sabay ang dalawang pintuan ni Clarice at naramdaman ng lalaki sa harap na nakapinid ang pintuan ni Clarice sa harapan kaya ulo lang ang nakakapasok sa kanya.

Medyo nasaktan si Clarice sa pagpasok pero dahil sa tama ng alak ay hindi niya ito masyadong ininda.

Ramdam ng lalaki na birhen pa si Clarice kaya hindi niya binigla si Clarice para hindi masaktan. Hindi muna nila pinasok si Clarice ng biglaan, salitan sila dito sa pagkuskos muna at paunti-unting pagpasok. Kitang-kita nila kung papaano mag-enjoy si Clarice. Ilang sandal lang ay nilabasan ulit si Clarice.

Unti-unti ay lumiliwanag ang isip ni Clarice matapos labasan pero hindi na siya makatanggi dahil sa ligayang dulot ng mga ito. Noon lang napagtanto ni Clarice ang pagkakamaling nagawa niya, ang maghubad habang nagsasayaw. Kahit sinong lalaki ay matutukso kaya hindi niya masisi ang mga ito sa ginagawa sa kanya.

Maya-maya ay isa-isa ng nagtangka ang mga lalaki na pasukin siya ng todo kaya natakot siya. Inihiga siya at pinigil ang mga hita at braso niya para hindi makakilos.

"Huwag! Para nyo ng awa! Huwag nyo akong pagsamantalahan! Please!" Pagmamakaawa ni Clarice.

Pero walang pumansin sa kanya at pinilahan siya ng mga ito. Bawat isa sa mga lalaking nagtangkang pumasok sa kanya ay nagdulot ng kirot sa hiyas niya. Bagaman at mga ulo lang ng mga sandata nila ang nakapasok ay nagbigay iyon ng matinding kirot sa kanya.

Ano ang laban niya sa pitong lalaki? Pinagpasa-pasahan siya ng mga ito at sabay na pinasok ulit ang dalawang pintuan niya. Halinhinan ang mga lalaki sa kanya pero wala siyang magawa kundi umiyak..

"Parang awa nyo na! Tigilan nyo na ako! Nasasaktan na ako! Please!" Pagmamakaawa ni Clarice pero patuloy ang mga ito sa halinhinang pagbayo sa kanya ng sabay sa magkabilang pinto sa kagustuhan ng mga itong mapasok siya ng tuluyan.

Walang magawa si Clarice kundi ang umiyak at tanggapin ang mga bisitang nagpupumilit pumasok sa iniingatan niya. Kahit anong gawin niya ay hindi siya makawala sa hawak ng mga ito. Wala ding makarinig ng sigaw niya dahil malayo sila sa mga tao.

Ramdam na ramdam ni Clarice na unti-unting lumalalim ang baon ng bawat sandata na pumapasok sa hiyas niya at bawat isa ay unti-unting pumupunit sa hymen niya.

Ang dating nakapinid na hymen ay unti-unti nang lumuluwag at bumubuka, bawat bisitang pumasok ay nagpapalaki sa opening ng hymen na nakaharang. Fininger pa ng isang lalaki si Clarice para tingnan kung kaya nang pumasok pero naramdaman niya na masyadong masikip ang hymen nito.

Ganumpaman, nagawa nitong ipasok ang hintuturo sa loob ng hiyas ni Clarice na bahagyang pumunit sa hymen niya.

"Aray! Huwag! Masakit!" Ang sigaw ni Clarice nang kalikutin ng lalaki ang loob niya.

Inalis ng lalaki ang daliri at muling sinubukang pasukin pero hindi nakalusot ang ulo nya. Daliri lang talaga ang kasya. Masyadong malaki ang ulo para makapasok sa opening ng hymen niya.

Maya-maya pa ay isa-isang nagpakawala ng lakas ang mga lalaki sa loob ng sinapupunan niya.

Ang huling lalaki ay kumadyot ng napakalakas kung kaya napaigtad si Clarice. Nagpalabas ito sa loob ng sinapupunan ni Clarice.

Nanghilakbot si Clarice sa ginawa ng lalaki dahil ramdam na ramdam niya ang pagkakabaon ng sandata sa loob ng hiyas niya, hindi lang ang ulo pero maging ang halos kalahati ng kahabaan nito. Ramdam ni Clarice na bumuka ang opening ng hymen niya at halos makapasok ang ulo nito sa opening ng hymen.

"Aray!!!" Ang sigaw ni Clarice.

Matinding kirot at pagkapunit ang naramdaman ni Clarice.

"Wow! Virgin ka pa pala! Ang swerte namin sa iyo!" Sabi ng isa sa mga lalaki at iniwan siyang umiiyak sa ibabaw ng mesa.

"Hindi ka na virgin ngayon pero thank you!" Sabi pa ng isa at iniwan na siya ng tuluyan ng mga ito.

Ilang minuto din siyang umiiyak sa ibabaw ng mesa at hindi siya makapaniwala sa nangyari sa kanya.

Kung kailan siya nagdesisyon na magbagong-buhay ay tsaka nangyari ito.

Hindi siya makapaniwala na may nakapasok na daliri sa hiyas niya, at may nakapasok hindi lang ulo kundi kalahati ng kahabaan nito. Sapat para mawala ang pagkabirhen ng isang ordinaryong babae. Pero hindi siya ordinaryong babae.

Supergirl siya.

Maya-maya pa ay tumigil sa pag-iyak si Clarice at kinuha ang bikini niya at ang tapis niya. Bago niya isuot ang bikini ay kinapa niya ang hiyas at naginginig na tiningnan ang mga kamay niya.

Sa liwanag ng buwan ay kitang-kita niya ang kamay na may dugo.

Hindi spot. Hindi basta mantsa lang. Dugo talaga, hindi marami pero hindi rin konti.

Muling naiyak si Clarice sa katotohanan na may nakuha ang pitong lalaki sa kanya. Hindi buo ang nakuha sa kanya pero may nakuha.

Pagkatapos, hirap na naglakad si Clarice sa sakit pabalik sa mga kaibigan, nag-iisa, iniisip ang lahat ng nangyari. Pinatatag ang sarili at magpasyang walang dapat makaalam ng nangyari. Sinong maniniwala na na-reyp siya? Nagpa-reyp pwede pa.

Sa loob ng cabana...

Nakahiga na ang mga kaibigan, tulog na sa mga bench. Si Clarice, medyo nahihilo at pagod, pero alam niyang kailangan niyang maging maingat at protektahan ang sarili.

Dinugo siya pero umaasa pa rin siya na birhen pa rin siya.

At naalala niya si LARRY. Naiyak na naman siya.

KABANATA 33

SUPERGIRL NA TAGAPAGLIGTAS

U*maga...*

Nakaupo si Clarice sa gilid ng kama, nakayakap ang mga tuhod sa dibdib. Lumabas na ang mga kaibigan niya para mag-almusal sa tabing-dagat, nagbibiruan at nag-eenjoy na parang walang makakapigil sa kanila. Si Clarice, naiwan lang—tahimik.

Paulit-ulit sa isip niya ang nangyari kagabi, parang sirang pelikula: malabo, distorted, at imposible talagang maintindihan. Pinisil niya ang kanyang mga templo, pilit binubura ang mga alaala.

Walang nakakaalam sa nangyari. Hindi si Izza, hindi rin ang iba. Madilim pa sa beach kagabi, at pagdating ng umaga, nakabalik si Clarice nang hindi napapansin. Ang pasalamat niya, ang hiya ay kanya lang.

Masakit. Sobrang sakit. Hanggang ngayon masakit pa din.

At may dugo.

Nang kumatok si Izza kanina, sumagot lang siya sa pinto,

"Hindi ako masyadong okay. Sige, kayo na lang."

Hindi nagtanong ang mga kaibigan.

Mas pinaikot ni Clarice ang sarili niya sa kumot, may umiikot na pakiramdam sa tiyan niya. Ang hangin ng dagat sa bintana, parang tinutukso siya sa kasiyahan sa labas. Sa unang pagkakataon, gusto niyang sana hindi na lang nangyari ang trip na 'to.

Kinabukasan...

Nasa biyahe na ang van sa highway, pabalik sa Meycauayan mula sa beach. Mababa na ang araw, ginintuang liwanag ang bumabalot sa bintana. Masayang nagbibiruan ang mga babae, tumatawa sa mga kalokohang kuha sa camera—basang buhok, sunburned na pisngi, at half-spilled snacks.

Kasama si Clarice, nakangiti kung kelan kailangan, tumatawa sa tamang pagkakataon, parang normal lang. Para sa ibang nakakita, wala siyang kaibahan sa kanila—isang babaeng carefree, nag-enjoy sa holiday.

Pero sa loob, gulo ang mundo ni Clarice. Hollow ang kanyang tawa, pilit ang ngiti. Bawat halakhak, maskara lang para itago ang nangyari kagabi.

Tinitingnan niya ang mga kaibigan niya. Ang mga mukha nila, puno ng inosensya; ang mga mata, kumikislap na parang walang anino ng gabi. Hindi nila alam—siya lang ang nagdala ng bigat ng gabing iyon.

Pinisil niya ang mga kamay sa kandungan, pilit huminga nang pantay. Hindi nila pwedeng malaman. Hindi ko hahayaan. Kung malalaman nila, guguho ang lahat. At ligtas ang puri nila dahil sa kanya.

Pagdating ng van sa kanilang bayan, mabilis siyang lumabas. Nagpaalam sa kaibigan, niyakap si Izza na parang walang problema. Pero pag nag-isa na, bumagsak ang maskara. Nag-tighten ang mukha, bumagal ang hakbang, ramdam ang sakit sa katawan na hindi pa niya naramdaman dati.

Gabi ...

Pinilit niyang bumalik sa normal. Nakipagkita si Clarice sa mga kaibigan sa bahay ni Izza, nagkuwento at nagtawanan tungkol sa beach trip. Umiinom ng soda si Clarice, sinusubukan ilubog ang sakit sa chatter ng mga kaibigan.

"Naalala niyo ba yung gabi?" tanong ni Izza, medyo nag-aalala. "Yung mga basketball guys na nandiyan... pero nakatulog agad ako, parang blurr na lahat."

Tumango ang iba. "Oo, same dito. Music, shots, tapos... black out."

Pinilit ni Clarice maging normal. "Ako rin, medyo natulog agad. Wala rin akong gaanong maalala."

Tumawa si Izza, dismissive. "Swerte na lang at wala namang nangyari sa atin. Imagine kung ginalaw nila tayo habang tulog. Bye-bye virginity!"

Tumawa ang mga babae, parang biro lang. Tumawa si Clarice, pero ramdam niya sa loob: siya lang ang nagdusa. Siya lang ang nagdala ng bigat ng gabing iyon. Ligtas ang kaibigan niya dahil siya ang nagprotekta. Siya na '*bye-bye virginity*'.

Ngumiti siya, maskara sa bagyong nararamdaman. At least, ligtas sila. Ako na lang ang nagbayad ng presyo.

Biglang may balita sa TV...

Na-interrupt ang regular na programa ng flash news:

"Tragedy struck off the beach. Isang motorized boat ng college basketball team ang lumubog. Seven players patay, coach at captain lang ang nakaligtas. Ang team, reportedly, lasing bago sumakay."

Hindi makapaniwala si Clarice at ang mga kaibigan.

Izza: "OMG... 'yun ba yung mga lalaki natin nakita kagabi?"

Para kay Clarice, ibang pakiramdam. Ang katotohanan ng gabing iyon—ang panganib, ang nangyari, ang takot—nalunod na sa dagat. Ligtas na ang kanyang lihim.

"Sila nga! My God!" Ang bulalas naman ni Jen.

Hindi makapaniwala ang mga kaibigan ni Clarice na namatay sa pagkalunod ang pitong lalaking nakilala nila. Si Clarice? Lihim na natuwa.

Sa bahay nil Clarice.....

Nakatitig sa kisame si Clarice.

Birhen pa kaya siya? Hindi niya alam.

"Ito na ang huli. Promise ko." Ang bulong niya

Makalipas ang isang linggo....

Bumalik si Clarice sa Angeles City matapos ang sinapit niya sa kamay ng pitong lalaki. Nag-aalala siya ngayon kung may nawala ba sa kanya of nananatili siyang buo.

Nagmumuni-muni siya siya at inisip ang mga pagbabago na nangyari sa kanya nitong mga nakaraang buwan.

Dati ay inosente siya at walang kamuwang-muwang sa ganoong bagay pero simula ng imulat ni Paolo ang isip niya sa ganoong bagay ay nagsimula na siyang mag-iba.

Lalo na nang malaman niya na Supergirl pala siya. Lumakas ng loob niya dahil hindi siya basta-basta mababasag. Napangiti siya dahil hindi niya sigurado kung swerte nga ba talaga siya. Pwede siyang makipag-sex kung kani-kanino na hindi mawawala ang pagkabirhen.

Pero hindi siya sure kung may nawala sa kanya noong nasa beach siya kaya nagdesisyon siya.

Kinahapunan......

Nasa waiting area siya ng isang maliit at pribadong clinic sa Angeles City. Ang dati niyang pinagkakatiwalaang doktor ay nasa Meycauayan pa, pero hindi na siya makapaghintay. Kailangan niyang malaman ang totoo, agad-agad.

Pagkatawag sa pangalan niya, pumasok siya sa examination room.

"Anong maitutulong ko?" tanong ng doktor, isang babaeng nasa mid-40s, mabait ang mga mata.

Nag-alinlangan si Clarice, tapos mahina niyang sinabi, "Dok... kailangan kong malaman... kung virgin pa ako."

Medyo nagtaka ang doktor. "Bakit mo naitanong?"

Napakapit siya sa laylayan ng damit niya. "Kasi... may nangyari....ilang araw na. May dugo. At natatakot akong baka... baka nawala na."

Tumango ang doktor, kalmado lang. "Sige, tingnan natin. Huwag kang mag-alala."

Lumipas ang ilang minuto ng tahimik na eksaminasyon. Nakatingin si Clarice sa kisame, mabilis ang tibok ng puso.

"Clarice," sabi ng doktor, "nandyan pa ang hymen mo pero may mga maliliit na punit. Hindi buo ang pagkasira. Masyadong makapal ang hymen mo kaya hindi basta-basta napupunit. Kaya technically, virgin ka pa rin."

Parang nabunutan siya ng tinik. "Salamat sa Diyos..." bulong niya.

Ipinaliwanag ng doktor, "Minsan, kahit may makapasok na eh hindi pa rin tuluyang napupunit, puwedeng magdugo dahil sa stretching o partial tear. Rare ang kaso mo. Masyadong makapal ang hymen. Masyadong matibay. Sa career ko, ilang beses ko lang nakita yang ganyan."

Nagulat si Clarice. "Ibig sabihin... posibleng mangyari ulit, na may dugo, at iisipin ng kahit sinong lalaki na siya ang una?"

Ngumiti ang doktor. "Sa teorya, oo. Pero kapag tuluyang napunit, ramdam na ramdam mo ang sakit at mas marami ang dugo. Mas marami pa sa regla. Parang nasugatan ka talaga. Kaya ingat ka pa rin. Hindi ka bulletproof—swerte lang ang anatomy mo."

Napakagat-labi si Clarice. Alam niyang totoo yun.

Nang tanungin siya ng doktor kung ano talaga ang nangyari, ikinuwento niya lahat.

Napatanga ang doktor. "Grabe... dalawanpung lalaki o higit pa? Tapos intact pa rin? Maraming babae ang maiinggit sa 'yo. Pero tandaan mo, hindi lang katawan ang dapat mong bantayan. Puso rin."

Lumabas siya ng clinic na magaan ang pakiramdam.

Birhen pa rin siya.

KABANATA 34

THE TRUTH CAME OUT

ILANG ARAW ANG LUMIPAS....

Bumalik si Diego matapos ang dalawang linggong pagkawala.

Masaya siyang sinalubong ni Clarice na may ngiti, kahit ang bigat sa loob ay hindi niya mailabas. Mahigpit siyang niyakap ni Diego.

"Namiss kita," bulong nito.

"Namiss din kita," sagot niya, mahigpit na kumapit.

Kinagabihan, magkatabi silang nahiga. Banayad ang lahat, puno ng lambing at pagmamahal. Wala sa galit o pwersa—kundi yakap at halik ng taong hindi niya kayang saktan.

Pagkatapos, nakayakap si Clarice kay Diego, nakabaon ang mukha niya sa dibdib nito.

"Salamat," bulong niya.

"Para saan?" tanong ni Diego, hinahaplos ang buhok niya.

"Para palaging nandito ka... para hindi mo ako pinapabayaan." Mahinang sabi ni Clarice.

Ngumiti si Diego, hinalikan ang noo niya, at dahan-dahang nakatulog. Naiwan si Clarice gising, may luha sa mata, dala ang bigat na hindi niya kayang ikwento kailanman.

"Diego?" mahina niyang tawag.

"Hmm?" antok na sagot nito nang maalimpungatan.

"Buti bumalik ka na."

Hinalikan siya ni Diego sa ulo. "Ako rin. Buti bumalik ako. Malapit na pala ang birthday mo." Ang sabi ni Diego.

"Oo. Sa Saturday na. Nineteen years old na ako sa Saturday." Ang sabi ni Clarice.

"Advanced happy birthday babe. Baka Linggo na lang tayo lumabas. Opening ng bar sa Saturday eh. Hindi ko pwedeng i-cancel." Sabi ni Diego.

"Huwag mong alalahanin yun!" Ang sabi ni Clarice na nakangiti.

"Siyempre gusto kitang bigyan ng magandang regalo sa birthday mo." Patuloy ni Diego.

"Kahit ano basta galling sa iyo tatanggapin ko." Ang sabi ni Clarice.

Kinabukasan......

"Diego, malupit pala yang si Yvonne ano?" Sabi ng lalaking nag-birthday.

"Bakit naman?" Napatuwid ng tayo si Diego sa narinig. Curious.

"Nag-emcee siya noong birthday ko at pagkatapos pinilahan namin siya. Hindi tumanggi at nag-enjoy. Lahat ng pwedeng pasukan ay pinasok namin. And guess what? Virgin pa siya pero hindi namin nabasag ang virginity niya." Sabi ng lalaki.

Natahimik si Diego. Hindi galit. May kung anong naisip.

"Sa Saturday may pakulo ako sa opening ng bar. Punta kayong lahat at sigurado akong matutuwa kayo." Sabi nitong nakangiti.

May pinaplano siya at siya lang ang nakakaalam.

Kinagabihan.....

"Babe, pwede ba tayong mag-usap?" Ang sabi ni Diego kay Clarice.

"Yes babe. Ano yun?" Tanong nito.

"Hindi maganda ang takbo ng Love Boat ngayon kaya naisipan ko ang isang pakulo para maka-attract ng mga guests." Sabi nito na seryoso.

"Ganun ba? Eh ano naman yun?" Tanong ni Clarice.

"Naalala mo yung Kiss to the Night Sky?" Tanong ni Diego.

Nahiya si Clarice nang maalala iyon.

"Oo naman. Hindi ko makakalimutan yun." Nahihiyang sabi nito.

"This time iba ang gagawin natin. Pero kailangan ko cooperation mo. Please." Pakiusap ni Diego.

Parang naawa si Clarice sa hitsura ni Diego.

"Sure babe, ani yun?" Tanong ni Clarice.

"Ang tawag dun ay Toro Night. Bale kunwari ay makikipag-sex ka sa dalawang lalaki. Walang penetration. Naikwento sa akin ni Arman yung shooting mo at ganoon lang ang gagawin. Yung partner mo sa shooting ang makakasama mo para hindi ka maasiwa. Hindi mawawala ang virginity mo promise. At naka-maskara ka. Please Clarice, kailangan ko talaga to. Pakiusap." Ang nagmamakaawang sabi ni Diego.

Laking gulat ni Clarice sa narinig mula kay Diego. Hindi niya inisip na ganoon ang plano nito. Nangako siyang iingatan ang pagkabirhen at titigil na sa ganoong gawin pero iba ang sinasabi ng sitwasyon. Humihingi ng tulong si Diego.

"Babe naman! Di ba sa 'yo na lang ako? Ayaw kong gawin yun sa harapan ng maraming tao! Nakakahiya!" Ang sabi ni Clarice.

Sa isip ni Diego: *"Oo akin ka lang dapat pero nagpagamit ka limang lalaki at sabay-sabay pa! Niloko mo ako!"*

"Yun lang ang paraan babe! Please! Promise hindi ka made-devirginize! At bigyan kita 300k!" Sabi ni Diego.

Hindi kaagad nakapagsalita si Clarice. Nag-isip siyang mabuti. Nakamaskara siya kaya walang makakakilala sa kanya tapos yung mga partner nya ang kasama niya. Tapos 300k.

"Sige na nga pero promise me na arte lang ha?" Sabi ni Clarice.

"Siyempre naman! Ako nga hindi kita binasag tapos ipapabasag kita sa iba. Thanks babe!" Sabi ni Diego at hinalikan si Clarice.

Sa isip ni Clarice, malaking tulong ang 300k. Makakabalik siya sa pag-aaral at mababayaran niya ang mga utang.

"Eh kailan ba ito?" Tanong ni Clarice.

"Sa Saturday na." Simpleng sagot si Diego.

"Ha?! Birthday ko yun ah!" Gulat na sabi ni Clarice.

"Wala akong magawa eh. Yun ang pinaka-ideal na date." Patuloy ni Diego.

Natahimik si Clarice. Birthday niya tapos ganoon ang gagawin niya. Hindi siya makapaniwala pero hindi niya maipaliwanag ang nararamdaman. Ang pamilyar na init na nararamdaman niya ay nabuhay. Pinigilan niya ang sarili. Nagbabagong-buhay na siya.

"Yun na rin ang birthday surprise ko sa iyo!" Biro ni Diego.

"Loko ka!" Natawa si Clarice.

Maya-maya pa.....

Lumabas si Diego at pinuntahan si Arman sa apartment nito.

"Arman, may pakulo ako sa Saturday. Kailangan ko ng tulong mo." Ang sabi ni Diego.

"Ano yun pare?" Tanong nito.

"Kailangan ko ng artista mo, yung lahat ng nakapartner ni Yvonne noong mag-shooting kayo." Simpleng sabi ni Diego.

"Ok. Anong plano?" Nagtatakang tanong nito.

"Birthday surprise ko kay Yvonne. Gusto ko siyang maging masaya." Ang simpleng sabi ni Diego.

KABANATA 35

ROYAL RUMBLE

D*umating ang Sabado ng gabi......*

Hindi lang basta ordinaryong gabi para kay Clarice, dahil iyon mismo ang araw ng kanyang ika-19 na kaarawan. Sa unang pagkakataon mula nang simulan niya ang trabaho sa entablado, pakiramdam niya ay buo na ang loob niya. Wala na ang dating kaba at hiya na lagi niyang nararamdaman.

Nakatayo siya sa likod ng kurtina, habang umaalingawngaw ang malakas na tugtugan at sigawan ng mga customer. Ramdam niya ang tibok ng kanyang puso—hindi dahil sa takot, kundi dahil sa matinding excitement.

"Happy birthday, Clarice," bulong niya sa sarili, sabay ngiti.

Nang tawagin ang pangalan niya, isinuot niya ang mascara at lumabas siya ng may kumpiyansa. Kumilos ang kanyang katawan kasabay ng ritmo ng musika, bawat galaw ay puno ng tiwala sa sarili. Unti-unti niyang inalis ang mga damit niya at nagsayaw sa entablado na parang walang pakiaalam.

Pakiramdam niya ay malaya siya noong oras na iyon at siya lang ang pinakamaganda noong oras na iyon. Pakiramdam niya ay babaeng-babae siya ng mga oras na iyon.

Sa finale, tumalikod siya at yumuko para ipakita ang ipinagmamalaki niyang kayamaman na maraming nagtangka, maraming tumikim, maraming sumubok basagin pero ni walang isang nagtagumpay.

Hindi na siya nahihiya sa mga oras na iyon. Tanging confidence at pagiging proud sa sarili ang nararamdaman niya.

Noong una siyang sumayaw ng hubot-hubad sa stage sa harapan ng mga lalaki ay halos bagsakan siya ng mundo. Todo ang pagkahiya niya at panlulumo at umiiyak siya twing matatapos ang pagsasayaw.

Pero ngayon, wala na siyang pag-aalinlangan, hiya at takot bagkus, ito ay napalitan ng tiwala sa sarili at excitement.

Noong magsimula siyang maging stripper ay puno ng kaba at panlulumo ang dibdib niya. Pero matapos ang shooting ay nakaramdam siya ng pagbabago. Imbes na mahiya ay unti-unti siyang nasanay sa ginagawa at nagsimulang mag-enjoy. Pakiramdam niya ay kaakit-akit talaga siya kapag nagsasayaw ng hubo't-hubad at babaeng-babae ang pakiramdam niya kapag ginagamit ng mga lalaki sa loob ng VIP room.

Nagbago na si Clarice, ang Miss Bulacan na hinahangaan at iginagalang ng mga kalalakihan. Hindi na siya ang dating pino at purong birhen. Isa na ngayon siyang pakawalang birhen.

Pagkatapos ng kanyang pagtatanghal, malakas na palakpakan ang maririnig sa mga tao. Nanatili si Clarice sa gitna ng stage na naka-hubo't hubad.

"Palakpakan natin si Clarice sa kanyang napakainit na birthday performance ngayong gabi!" Sabi ng emcee.

Muling sumabog ang hiyawan. Ngunit hindi pa natatapos ang sorpresa.

"Huwag muna kayong uuwi! Dahil ngayong espesyal na gabi, may surpresa pa kami para sa inyo—ang ating ROYAL RUMBLE!"

Ito na ang ikinakakaba ng dibdib ni Clarice. Kahit arte lang ay kinakabahan siya sa gagawin nila. Makikipagtalik siya kunwari sa dalawang lalaki sa harapan ng maraming tao. Kahit no penetration at sa likod ang daan ay nahihiya pa rin siyang gawin ito pero kailangan.

Maya-maya ay lumapit ang dalawang lalaki na may dala-dalang king size na mattress.

Hiyawan ang buong lugar, puro kalalakihan ang naroon, at ang hiyawan ay parang alon na sabay-sabay bumalot sa entablado. Napakunot-noo si Clarice at napalunok.

Nawalan ng gana si Clarice nang makita ang dalawang lalaki. Ang inaasahan niyang ka-partner niya ngayong gabi ay guwapo at matipuno na kapareha niya sa shooting. Ang dalawang ito ay mukhang janitor.

Pero umalis ang dalawa at maya-maya pa ay pumasok ang mga lalaki.

Walo silang lahat, nakahubad at boxer shorts lang, matitipuno, makikisig, at may mga katawan na halatang inalagaan.

Naglakad silang parang mga modelo, confident at nakangiti, habang ang mga lalaking nasa audience ay nagsisigawan at nagtatawanan, para bang may inaabangang kakaibang palabas.

"Walo? Hindi dalawa?" Gulat na gulat siya.

Kilala niya ang apat; Si Nick, Robin, Randy at Jerome na pawang nakangiti sa kanya. Ang natitirang apat ay noon niya lang nakita pero matitikas din ang mga ito.

Para siyang napako sa kinatatayuan niya, pero pilit niyang pinanatili ang ngiti sa labi. Sa loob-loob niya, gusto niyang umatras, pero wala na siyang magagawa. Nandito na siya, at lahat ng mata ay nakatuon sa kanya. Tutal, arte lang naman ito at hindi siya bibiyakin ng mga ito.

Napatingin siya kay Diego na nasa harapan niya. Nakangiti ito at nag-thumbs up. Maya-maya ay may kinuha ito sa gilid. Isang placard na may mensaheng: *"Happy 19th Birthday!"*

Napangiti si Clarice at nawala ang agam-agam.

Lumapit ang walong lalaki, nagparada sa entablado, at pumuwesto sa tabi niya.

Nagpatuloy ang emcee, "Handa na ba kayo? Palakpakan natin si Clarice at ang ating walong bisita ngayong gabi!"

Lumapit si Nick sa kanya kasunod si Robin, Randy at Jerome kasama ang iba pa, hinimas ang ibat-ibang parte ng katawan niya at hinalikan. Hindi makakilos si Clarice sa pagkabigla. Nasorpresa siya dahil buong akala niya ay dalawa lang.

"Happy 19th birthday Yvonne! Papano ba yan? Bibiyakin ka na namin ngayon!" Pabirong sabi ni Nick at hinalikan siya sa leeg.

"Gago!" Sabi ni Clarice na biglang natawa at nawala ang kaba.

Dalawang lalaki pa ang humalik sa nipples niya habang si Robin at Jerome ay hinahalikan ang magkabilang hita niya. Dalawang lalaki ang humahalik sa batok niya habang ang isa ay hinihimas ang pwet niya. Nabigla man ay nagpaubaya si Clarice. Show lang ito, sa isip niya.

Desidido siyang iwanan na ang ganitong trabaho at magbagong-buhay para maibalik ang dating sarili. Napakadami ng lalaki ang nagpakasawa sa kanya at ang pakiramdam niya ay ang dumi-dumi na niya. Last time sa beach ay muntik nang mawala ang pagkabirhen niya at ngayon, hindi siya makakapayag na mawala iyon.

Maya-maya ay bumaba ng halik si Nick mula sa leeg pababa sa hiyas niya. Napasinghap si Clarice at napaungol. Binuhat ng mga lalaki si Clarice at inihiga sa mattress at patuloy na halinhinang hinalikan ang hiyas niya.

May camerang nakatutok sa kanila at kitang-kita sa big screen ang ginagawang pagpapaligaya kay Clarice. Hindi malaman ni Clarice kung saan ibibiling ang ulo dahil sa sarap na nararamdaman. Sabay ang dalawang lalaki sa nipples niya at ang isa naman ay nasa hiyas niya.

Sa isip ni Clarice ay hindi dapat ito, mali, malaking pagkakamali. Pero iba ang sinasabi ng katawan niya. Gusto niyang umalis sa putikan pero sa oras na ito, nasa kumunoy na siya.

Maya-maya ay nagpalit sila ng pwesto. Hindi makatanggi si Clarice dahil nagdedeliryo na siya sa sarap. Nananaig na ang wild side niya at walang magawa ang original na Clarice kundi panoorin ang wild side niya na magpapatiaanod sa sarap.

Dinog-style ng lalaki si Clarice sa pintuan niya sa likod at kitang-kita sa camera na nag-eenjoy siya kahit nakamaskara pa siya.

Maya-maya ay lumapit ang isa at itinutok ang sandata sa mukha niya kaya naging abala ang bibig niya sa sandata ng lalaki.

Hindi maintindihan ni Clarice ang sarili kung bakit may thrill and excitement siyang nararamdaman sa oras na ito. Papalit-palit ang bibig niya sa walong lalaki at papalit-palit naman ang mga ito sa pagdog-style sa kanya.

At naalala niya ang usapan nila ng mga kaibigan niya ilang buwan na ang nakakalipas....

"Eh hindi ko papayagan yun," sagot ni Clarice, umayos siya ng tayo. "Kung magkaka-boyfriend ako, dapat marunong siyang rumespeto."

Napatawa yung isa. "Meron namang ibang paraan para both happy. Yung iba, kahit may bf, napapanatili pa rin yung virginity nila."

"Ha? Anong ibig mong sabihin?" inosenteng tanong ni Clarice.

Ngumisi yung kaklase. Mahinang bulong: "May ibang options. Medyo uncomfortable lang sa simula—alam mo na, likod-bahay... o lips."

"Kadiri!" napangiwi si Clarice. "Hindi ba masakit yun?"

"Kung minadali mo, oo. Pero kung dahan-dahan, kaya yan," biro ng isa sabay tawa.

Umirap si Clarice, tumiklop ang braso. "Wala akong pakialam. Kung tunay ang pagmamahal ng lalaki, hindi niya ako pipilitin sa ayaw ko."

"Bahala ka," sagot nung isa.

Ngayon eto siya, dalawang lalaki ang nagpapaligaya sa kanya at pinapaligaya niya nang sabay. Hindi sumagi sa isip niya noon na magagawa niya ang ganitong bagay.

Sa mga audience ay nandoon si Arman, ang mid-50s na customer ni Clarice, si Brad Prieto na una niyang customer pati ang lahat ng mga naging customers niya na pinaligaya niya ay kitang-kita ang ginagawa niya.

"Ang lupit talaga ni Yvonne! Virgin pa pero wild!" Sabi ni Brad Prieto.

"Oo. Birhen na expert! Bigay na bigay!" Sabi naman ng isa.

Sa di kalayuan ay may isang lalaki na kakaiba ang nararamdaman para kay Clarice. Magkahalong panghihinayang at awa ang nadarama niya habang pinagtutulungang i-dog style ng mga lalaki si Clarice.

"Sayang, ang ganda-ganda kahit pa nakamaskara siya. Matangkad, sexy at superkinis. Pang-Miss Philippines ang hitsura. Kawawa naman at pumapayag sa ganito." Ang sabi ng lalaki sa sarili.

Ang lalaki ay si LARRY.

KABANATA 36

ANG PAGKABASAG

Nagpalit sila ng pwesto at humiga si Randy. Hindi tumutol si Clarice sa kung anong gustong ng mga lalaki sa kanya. Pumuwesto si Clarice sa ibabaw ni Randy at ikinuskos ang hiyas sa kahabaan nito. Napasinghap si Clarice habang ikinukuskos ang hiyas sa kahabaan ng lalaki.

Maya-maya naman ay lumapit si Nick at pumasok sa pintuan sa likod ni Clarice na hindi tumutol. Sumunod si Jerome at ipinasubo ang ari kay Clarice. Palitan ang mga lalaki ng pwesto habang si Clarice naman ay hindi tumututol sa anong ginagawa sa kanya.

Napanganga ang mga manonood pati si LARRY sa husay ni Clarice. Bago sila pumasok sa Love Boat ay umuugong ang balita na virgin pa si "Yvonne" at pinatunayan ito ng mga nakagalaw sa kanya.

"Virgin pa talaga yan pre. Masyadong matibay talaga ang hymen niya kaya kahit abutin ng buong araw eh hindi siya kayang biyakin. Ewan ko lang kung kaya siyang biyakin ng walong lalaki. Sa tingin ko eh hindi." Ang sabi ng isang lalaki na nakagalaw kay Clarice.

"Totoo yun. Pinagtulungan naming siya noong birthday party pero naubos ang lakas naming na walang ni isa man na nakapasok ng buo sa loob." Ang sabi naman ng isa pa.

Hindi pa tapos ang arousal ni Clarice kaya hindi ito tumanggi nang buhatin siya para sa standing position para i-double penetrate. Palakpakan ang nga tao sa ginawa ng mga lalaki. Dalawang lalaki ang humahalik sa nipples ni Clarice habang nasa likod si Robin at nasa harap si Nick na maingat ang pagkuskos ng ari sa hiyas Clarice.

Baliw na baliw si Clarice sa nararamdaman kaya nilabasan ito. Kitang-kita sa camera ang pagtulo ng nectar niya sa hita kaya palakpakan ang mga tao.

"Ready ka na ba Yvonne? Bibiyakin ka na namin!" Ang sabi ni Nick na pabiro.

"Hmmppp....ewan ko sa iyo." Bale-walang sabi ni Clarice.

Patuloy na ninanamnam ni Clarice ang ginagawa ng apat sa kanya. Unti-unti ay ipinasok ni Nick ang armas niya kay Clarice. Bagaman at ulo lang ni Nick ang nakapasok ay nasasarapan si Clarice kahit may kirot ng konti. Tiwala siya na ang gagawin ng mga lalaki ay katulad ng ginawa nila sa shooting na walang totoong penetration. Higit sa lahat, tiwala siya sa hymen niya na napakatibay.

Maya-maya ay ipinokus ng cameraman ang camera sa hiyas ni Clarice na urong-sulong ang ulo ni Nick kaya kitang-kita sa big screen na hirap itong makapasok.

"Totoo nga! Birhen pa siya kasi hindi makapasok yung ari sa kanya! Eto pala ang pa-birthday sa kanya...ang basagin ang virginity niya sa 19th birthday niya." Sabi ng isang guest.

"Nick, dahan-dahan lang baka maibaon mo ng todo." Ang nagdedeliryong sabi ni Clarice.

"Eh...ibabaon ko naman talaga eh." Sagot nito at idiniin ang ari paloob kay Clarice sabay senyas sa mga kasama para pigilan ito.

"Aray! Masakit! Bunutin mo!" Ang sabi ni Clarice na pinipilit makawala.

Patuloy ang pag-urong sulong ng sandata ni Nick sa hiyas ni Clarice kaya ang hymen niya ay nababatak at unti-unting napupunit. Kitang-kita sa camera ang paglabas-pasok ng ari ni Nick kaya tahimik ang mga tao. Parang suspense movie.

Maya-maya ay pumalit sa pwesto ni Nick ang lalaking may pinakapayat na ari. Natakot si Clarice dahil mas madaling makapasok ang ari nito kumpara sa iba, at hindi siya nagkamali.

Dahil nilabasan na si Clarice kanina ay lumuwag na ang opening ng hymen niya kaya ang payat na ari ng lalaki ay nagawang paluwagin pa ang opening ng hymen ni Clarice. Ramdam niya ang sakit at alam niyang medyo nakakapasok na sa loob niya ang ari nito.

Sa patuloy na urong-sulong ng lalaki ay lumuwag ng bahagya ang hymen ni Clarice at unti-unting tinatanggap ng hymen niya ang ulo ng lalaki pero hindi tuluyang nakapasok. Naramdaman ni Clarice na may napunit sa kanya dahil sa sakit na naramdaman.

"Tigilan mo na parang awa mo na! Masakit siya! Please!" Hikbi ni Clarice.

Nangako si Diego na hindi siya bubutasin ng mga kapareha at dalawa lang ang lalaki pero eto siya ngayon, nagdedelikadong mawala ang pagkabirhen.

Nagpalitan ang mga lalaki kaya unti-unting napupunit ang hymen ni Clarice. At dahil medyo elastic, hindi masyado ang pagkapunit. Bagkus ay unti-unting lumuluwag ang opening ng hymen niya at palalim ng palalim ang baon ng mga sandata sa kanya.

Patuloy ang cameraman sa pagtutok sa hiyas ni Clarice na para bang may hinihintay na mangyayaring napaka-importante.

Sinubukan ni Nick kung gaaano na kaluwag ang hymen niya kaya ipinasok niya ang hintuturo sa loob ni Clarice. Deretso sa kaloob-looban ng pagkababae ni Clarice ang daliri at walang naramdaman na nakaharang si Nick. Bahagya lang napaigtad si Clarice na tanda na hindi siya napunit nang i-finger. Na-stretch na talaga ang hymen niya dahil walang humarang sa daliri.

Sumenyas si Nick at inihiga si Clarice sa mattress para sa finale. Hinawakan nila ang mga hita at braso ni Clarice para hindi makakilos. Lalong tinutukan ng cameraman ang hiyas ni Clarice. Pumatong ang isang lalaki at binayo si Clarice. Noong una ay mababaw at dahan-dahan pero maya-maya ay mabilis na ito at malalim.

"Parang awa niyo na! Ayaw ko na! Tigilan nyo na ko!" Pagmamakaawa ni Clarice pero patuloy ang lalaki sa pagbaon sa kanya.

Unti-unting napupunit ang hymen ni Clarice at unti-unti itong nabubuksan na halos makapasok ang ulo sa loob. Pero makapal talaga ang hymen ni Clarice kaya wala pa sa kalahati ng ulo nito ang nakapasok sa opening ng hymen. Nagpalabas ang lalaki at deretso sa sinapupunan ni Clarice and katas nito.

Sumunod ang pangalawa at pinilit siyang pasukin, mas malalim at mas malaking damage ang nagawa sa hymen ni Clarice. Kitang-kita sa big screen ang paglabas-pasok ng ulo sandata nito kay Clarice.

Pagkatapos ay sumunod ang isa at hindi inintindi ang umiiyak na si Clarice. Ganoon din ang mga sumunod na lalaki. Bawat isa ay nagagawang paluwagin ang opening ng hymen ni Clarice hanggang sa makapasok ang mahigit sa kalahati ng ulo nito sa opening ng hymen.

Nakaramdam ng pagkapunit si Clarice dahil matinding sakit ang naramdaman niya. Nakatutok ang camera sa hiyas niya kaya kita na mas maluwag na ito kaysa kanina. Kita sa camera na halos kalahati na ng ari ng lalaki ang nakabaon kay Clarice, patunay na unti-unti nang nababasag ang pagkabirhen niya. Nagpalabas ang lalaki sa loob ng sinapupunan ni Clarice kaya kitang-kita ang pag-agos ng katas mula dito.

At sa wakas, si Nick ang pinakahuli.

"Eto na ako Yvonne. Tulad ng pangako ko. Bibiyakin na kita!" Ang sabi ni Nick at dahang-dahang lumusong sa loob ni Clarice,

Humihikbi si Clarice na walang magawa kundi tanggapin ang bisitang pumapasok sa kanya. Wala siyang kalaban-laban kaya nagpaubaya na lang siya. Ramdam niya na paulit-ulit napunit ang hymen nya at mas malalalim na ang pasok ng bisita. Hindi pa naisasagad ng mga lalaki ang sandata nila sa loob ni Clarice dahil hindi pa tuluyang napapatid ang hymen nito pero alam niyang malaki na ang damage ng pagkababae niya.

Patuloy si Nick sa paglabas-pasok at narating niya ang pinaka-malalim na bahagi ng hiyas ni Clarice. Nabanat ng husto ang opening ng hymen ni Clarice at tinanggap nito ang kabuuan ng ulo ng sandata ni Nick pero hindi pa rin tuluyang makapasok ang kahabaan ni Nick sa loob. Ramdam na ramdam ni Nick ang sikip at tibay ng hymen ni Clarice kaya kahit anong gawin niya ay hindi niya maibaon.

Dito naramdaman ni Clarice na may napunit ng malaki kaya naiyak na naman siya.

Ang hymen ni Clarice, bubuka-sisikip habang patuloy na nagpupumilit maglabas-pasok ang sandata ni Nick na paluwagin ito.

Kitang-kita sa big screen ang paglabas-pasok ng ari ni Nick sa bukana ng hiyas ni Clarice at kita din na may dumadaloy na likido sa bukana ng pagkababae ni Clarice.

Dugo!

At napunit ang hymen ni Clarice.....

Kitang-kita ang paglabas-pasok ng kalahati ng sandata ni Nick na may bahid ng dugo mula kay Clarice.

Malapit na si Nick kaya binilisan niya ang pagbayo at idiniin ng todo. Napaigtad si Clarice sa sakit at naramdaman ang pagbaon ng ari ni Nick. Sinakop ng opening ng hymen ni Clarice ang buong ulo ng sandata ni Nick at mas bumaon pa ng kaunti pero hindi tuluyang nakapasok ng todo sa kailaliman ni Clarice. Tinanggap ng sinapupunan ni Clarice ang pinakawalan ni Nick kasama ang katas ng mga nauna.

Pagbunot ni Nick ay nakatutok pa din ang camera sa hiyas niya kaya kita nila ang pagtulo ng pinaghalong katas at dugo mula sa hiyas ni Clarice. Tumayo si Nick at nag-bow sa mga tao na para bang tinapos ang isang very wonderful performance.

Naiwan si Clarice na humihikbi sa kama. Alam niyang nakuha na ng walong lalaki ang pagkababae niya.

Pinabayaan muna nila si Clarice na humihikbi ng halos isang minuto para makita ng mga manonood na totoo ang nangyari at hindi arte lang.

"Yvonne, tapos na tayo. Bubuhatin ka namin para ipakita sa audience." Sabi ni Randy.

Bahagyang tumango si Clarice. Gusto na niyang makaalis sa lugar na ito.

Binuhat ng apat na lalaki si Clarice na nakabukaka ang mga hita paharap sa mga manonood para ipakita ang damage na ginawa nila sa hiyas ng birthday girl. Itinutok ng camera man ang camera sa hiyas ni Clarice at nagpalakpakan ng malakas ang tao.

Hiyawan ng malakas ang mga manonood pagkakita sa hiyas ni Clarice. Hiyang-hiya si Clarice dahil sa posisyon niya na ipinapakita ng mga lalaki ang hiyas niya sa maraming tao.

Kitang-kita sa big screen ang pinapalakpakan ng mga tao, ang hiyas niya na may dugong tumutulo at pumapatak sa sahig.

Napunit na talaga si Clarice.

Lumakad ang mga lalaki mula sa stage na buhat-buhat si Clarice na nakabukaka ang mga hita. Ipinakita nila sa mga manonood sa front table ang pagkababae ni Clarice na may tumutulong dugo.

Isa-isang lumapit ang mga manonood para tingnan ang pagkababae ni Clarice na patuloy sa pagtulo ang dugo.

Pagkaraan ng ilang minutong pagpapakita ng pagkababae ni Clarice sa mga lalaki ay bumalik sila sa stage na nakabuyangyang pa din ang mga hita ng dalaga. Pagdating sa gitna ay mas lalo nilang ibinuka ang hita ni Clarice sabay tutok ng camera para makita ng lahat ang pagkababae nito.

"Happy Birthday Yvonne!" Sigawan at palakpakan ang mga tao.

Sa di kalayuan, hindi na makaya ni LARRY ang nasaksihan at tahimik na lumabas mula sa bar. Awang-awa siya sa dalaga. Wala siyang kaalam-alam na ang dalaga ay minsan na niyang iniligtas.

KABANATA 37

SECRETS IN THE RUINS

Pagkatapos ng nakakayanig na Royal Rumble performance, halos hindi na alam ni Clarice kung paano siya nakababa ng entablado. Nanginginig ang tuhod niya at parang mabigat ang dibdib. Dire-diretso siyang pumasok sa opisina ni Diego at doon siya bumagsak sa upuan, sabay yakap sa sarili.

Hindi na niya napigilan ang luha. Bumuhos ito na parang hindi na matatapos. Hinayaan niya lang na manginig ang balikat habang tinatakpan ang mukha. Sa isip niya, bumabalik-balik ang eksenang kanina ang mga ilaw, ang sigawan, at ang pakiramdam na parang nawala ang kontrol sa sarili.

Nang saglit siyang kumalma at huminga nang malalim, napatingin siya sa sarili. Doon niya napansin ang dugo sa pagitan ng kanyang hita. Parang tinusok ang puso niya ng matalim na karayom.

"Ito na ba iyon? Nawala na ba siya ng tuluyan?" Bulong niya sa sarili, habang muling bumuhos ang luha. Hindi siya makapaniwala. Sa isang gabi, nawala ang iniingatan niya sa kahiya-hiyang paraan. Walong lalaki.

Pagpasok ni Diego sa opisina, agad siyang hinarap ni Clarice, galit at umiiyak.

"Bakit mo hinayaan mangyari ito?!" sigaw niya. "Akala ko protektado ako rito, Diego. Akala ko aalagaan mo ako! Ipina-devirginize mo ako sa harapan ng maraming tao!" Iyak ni Clarice.

Nanatiling malamig ang mukha ni Diego. "Clarice, may usapan tayong walang ibang lalaki pero nagpagalaw ka sa lima sa birthday party!"

Parang binuhusan ng malamig na tubig si Clarice. Alam pala ni Diego! Napahiya siya at na-guilty.

Sandaling natahimik ang opisina. Ramdam ang bigat ng katahimikan sa pagitan nila. Sa huli, bumuntong-hininga si Diego, at mula sa drawer ay inilabas ang isang envelope.

"Eto," maikling sabi niya, sabay abot ng makapal na salapi. "Tatlong daang libo. Kunin mo. Magdesisyon ka kung anong gagawin mo. Pinagkatiwalaan kita pero nagpagalaw ka sa limang lalaki. Hindi ka nakuntento sa akin kaya binigyan kita ng walo!"

Kinuha ni Clarice ang pera na nanginginig ang kamay. Walang salitang lumabas sa kanyang bibig, tanging luha at poot ang nasa kanyang mga mata.

Hindi na siya nagtagal; mabilis siyang umuwi sa tinutuluyan at kinuha ang lahat ng gamit. Sa huling pagkakataon, tumingin siya sa paligid ng kwartong minsang naging takbuhan niya — ngayon ay puno ng pait at alaala.

Dala ang kanyang ipon at ang pera mula kay Diego, nakasakay siya sa bus papuntang Meycauayan. Habang nakatanaw sa bintana, patuloy ang daloy ng kanyang luha. Hindi niya akalain na sa birthday nya mawawala ang iniingatan niya.

Ngunit sa gitna ng sakit, pinangako niya sa sarili: Babangon ako. Mag-aaral ulit ako. Bubuuin ko ang buhay ko. Kahit nawala na ang isang bagay na hindi na maibabalik, may bago pa ring simula para sa akin.

Dalawang oras ang lumipas, tahimik na nanonood ng TV ang mga pasahero sa bus. Biglang lumabas ang isang flash report:

"Breaking news: Nagliyab ang kilalang Love Boat Bar dakong hatinggabi. Ayon sa ulat, halos lahat ng nasa loob ay na-trap at nasawi. Higit sa 150 katao ang kumpirmadong patay."

Napatakip ng bibig si Clarice, halos mabitawan ang hawak na bag. Parang nawala ang lakas niya. "Love Boat... doon ako galing..."

Nanginginig ang kanyang mga kamay, habang paulit-ulit na pumapasok sa isip niya: Kung hindi ako umalis... kung nagtagal pa ako... isa na rin ako sa kanila.

Lahat ng lalaking nakaangkin sa kanya simula nang mapunta siya sa ganoong career ay patay na. Wala nang makakaalam ng madilim na lihim niya.

Humigpit ang hawak niya sa bag, sabay pikit ng mata at paghinga nang malalim. Ngayon higit kailanman, alam niyang binigyan siya ng pagkakataon ng tadhana. Isang pagkakataon na magsimula ulit, at hindi niya iyon sasayangin.

Pagkarating ng bus sa terminal ng Meycauayan, halos hindi makagalaw si Clarice sa upuan.

Mabigat ang pakiramdam, dala ng puyat, pagod, at lalong higit ng bigat sa kanyang dibdib. Pero pinilit niyang bumangon at buhatin ang maleta. Sa bawat hakbang palabas ng terminal, pakiramdam niya ay unti-unting bumabalik ang alaala ng kabataan niya rito—ang amoy ng palengke, ang malamig na simoy ng hangin tuwing madaling-araw, at ang mga ilaw sa kalsada na pamilyar na pamilyar pa rin.

Naglakad siya pauwi, nanginginig ang dibdib sa kaba. Ilang buwan din siyang nawala, at ngayon, haharapin na niya ang taong mahal niya higit kanino pa man, ang kanyang ina.

Pagdating sa kanilang bahay, natigilan siya sa tapat ng lumang gate. Halos wala namang nagbago: parehong pintura, parehong kalawang sa gilid, parehong mga paso ng halaman. Para bang bumalik siya sa isang mundong iniwan niya noon.

Mahinang tumawag siya. "Ma?"

Mula sa loob, narinig niya ang paos na boses ng matanda. "Clarice? Ikaw ba 'yan?"

Bumukas ang pinto, at lumabas ang kanyang ina, nakasuot ng lumang duster, payat at halatang mahina pa rin mula sa nakaraang atake sa puso. Pagkakita kay Clarice, napatigil ito.

"Anak..." bulong ng ina, sabay lapit at mahigpit na yakap kay Clarice.

Hindi na rin nakapigil si Clarice. Bumuhos ang lahat ng luha at hinagpis. "Ma, dito na lang ako. May ipon na ako. Makakapag-aral ulit ako...."

Hinaplos ng ina ang buhok niya, kahit nanginginig ang kamay. "Ang mahalaga, nandito ka na."

Parang natanggal ang napakabigat na tinik sa dibdib ni Clarice. Ngayon lang ulit niya naramdaman ang tunay na yakap—hindi bilang isang empleyado, hindi bilang isang mananayaw, kundi bilang anak.

Kinagabihan, habang kumakain sila ng simpleng hapunan—tinolang manok na niluto ng kanyang ina—tahimik na nakikinig si Clarice sa payo ng ina.

"Clarice," sabi nito, "huwag mong hayaan na kainin ka ng mundo. Bata ka pa. Pwede ka pang magsimula ulit. Mag-aral ka. Ayusin mo ang kinabukasan mo."

Tumango si Clarice, habang pinahid ang luha sa mata. Sa isip niya, naalala niya ang naipon niyang pera at ang ibinigay ni Diego. Ngayon, may pagkakataon na talaga siyang magbalik-eskwela.

Habang nakahiga siya sa lumang kama niya kinagabihan, nakatanaw sa kisame, muling bumalik ang alaala ng apoy na tumupok sa Love Boat bar. Napapikit siya at huminga nang malalim.

"Salamat, Panginoon," mahina niyang dasal, "binigyan mo ako ng isa pang buhay. Hindi ko na ito sasayangin."

At doon, sa kanyang sariling bayan, muling nagsimulang mangarap si Clarice.

Lumipas ang ilang araw mula nang makauwi si Clarice sa Meycauayan. Unti-unti siyang nasasanay muli sa simpleng buhay. Wala na ang mga malalakas na tugtog, ang ilaw ng entablado, at ang sigawan ng mga kalalakihan. Ang kapalit ay tunog ng kuliglig sa gabi, tahimik na paligid, at halakhakan ng mga kapitbahay sa umaga.

Isang hapon, nakatanggap siya ng tawag mula kay Izza, ang matalik niyang kaibigan mula pagkabata.

"Clarice! Totoo bang nandito ka na ulit sa Meycauayan?" masiglang tanong ni Izza.

Ngumiti si Clarice. "Oo, dito na ulit ako. Ang tagal nating 'di nagkita."

Agad silang nagkasundo na magkita kinabukasan sa plaza.

Kinabukasan, dumating si Clarice nang maaga. Habang nakaupo sa lumang bangko, napansin niya kung gaano pa rin kasimple ang lugar. May mga batang naglalaro ng habulan, mga tindero ng fishball, at mga estudyanteng nakatambay na may hawak na milktea.

Maya-maya, dumating si Izza na may dalang ngiti at yakap. "Grabe, mas gumanda ka ha, bagay sa'yo 'yung simple lang."

Napatawa si Clarice. "Tigilan mo nga ako. Ang dami ko lang pinagdaanan, Liz."

Naglakad-lakad sila sa paligid, pumunta sa paborito nilang kainan noon—isang maliit na karinderya na sikat sa murang tapsilog. Doon sila nagkuwentuhan ng mahaba, parang bumalik sa dati.

"Anong plano mo ngayon, Clarice?" tanong ni Izza habang kumakain.

Huminga nang malalim si Clarice. "Magbalik-eskwela. May pera na ako para makapag-enroll ulit. Gusto kong tapusin 'yung nasimulan ko."

Tuwang-tuwa si Izza. "Buti naman! Ang talino mo, sayang kung hindi mo tatapusin. Ako rin, plano kong mag-shift ng course. Para sabay ulit tayo sa campus."

Matapos kumain, nagpasya silang maglibot pa. Dumaan sila sa simbahan, kung saan tahimik na nagdasal si Clarice. Pagkatapos, pumunta sila sa lumang internet café na tambayan nila noon, kahit halos wala nang tao roon ngayon dahil uso na ang cellphone. Para sa kanila, sentimental pa rin iyon.

Habang pauwi na sila, ramdam ni Clarice na unti-unting bumabalik ang sigla ng dati niyang buhay. Hindi pa rin madali, dala pa rin niya ang mga sugat ng nakaraan, pero ngayon ay may malinaw na direksyon na siya.

Sa isip niya, gumawa siya ng pangako:

Mag-aaral ako. Magiging matatag. At kapag dumating ang araw, ipagmamalaki ko ang bagong Clarice na muling tumayo mula sa pagkakalugmok.

KABANATA 38

VERGE OF COLLAPSE

Sa tahimik na gabi sa Meycauayan, nakahiga si Clarice sa lumang kama na minsan na ring naging saksi ng kanyang kabataan. Nakatingala siya sa kisame, pero hindi mapakali. Paulit-ulit na bumabalik sa isip niya ang gabing iyon—ang Royal Rumble, ang dugo, at ang mga halakhak ng mga lalaking nanonood.

"Talaga bang nawala na ang virginity ko?" tanong niya sa sarili.

Wala siyang malinaw na sagot. Ang totoo, hindi niya alam kung dapat ba siyang maniwala sa nakita niya o baka imahinasyon lang dala ng pagod at takot. Pero isa lang ang sigurado: ramdam niya ang mabigat na marka ng nakaraan.

Minsan, gusto niyang ikwento kay Izza o sa kanyang ina ang lahat ng nangyari. Pero sa tuwing maiisip niya, natatakot siya—baka hindi siya maintindihan, baka husgahan siya, baka masaktan lang sila. Kaya't pinili niyang manahimik.

"Hindi ko pwedeng ikwento kahit kanino..." bulong niya habang napapaluha. "Ito ang madilim kong lihim, at dito lang ito sa akin."

Sa halip na manatili sa dilim ng kahapon, dahan-dahan niyang inisip kung paano siya makakabangon. Doon niya naisip ang isang desisyon: Magsisimula ako ulit. Magiging bago akong babae. Hindi bilang stripper, hindi bilang porn actress, hindi birheng pokpok. Kundi bilang Clarice na tulad ng dati—simple, marangal, may pangarap.

Humarap siya sa salamin sa gilid ng kwarto. Namumugto pa ang mga mata, pero tumitig siya sa sarili. "Ikaw si Clarice. Hindi ka ang nakaraan mo. Hindi ikaw 'yung nasa entablado, 'yung nasa video, 'yung halakhak ng mga lalaki. Ikaw ay babae na may pangarap. At ngayon, kaya mong bumangon."

Simula noong gabi na iyon, sinimulan niyang baguhin ang lahat sa sarili niya. Pinangako niya sa sarili na kung sino man ang makakakilala sa kanya mula ngayon, ang makikita nila ay isang bagong Clarice—isang dalagang handang ituwid ang landas.

At sa puso niya, kahit dala pa rin ang takot at duda, tumibay ang isang panata: Hindi na ako babalik sa dati. Ito na ang huling gabi na hahayaang guluhin ako ng nakaraan. Simula bukas, bagong ako na ang haharap sa mundo.

Kinabukasan sa klinika...

Tahimik, bahagyang umuugong ang fluorescent lights. Nakaupo si Clarice sa examination bed, kapit sa papel sa ilalim niya. Inayos ng doktor ang salamin bago simulan ang check-up.

"Clarice," mahinang sabi ng doktor, "Napunit ng malaki ang hymen mo. Malubha ang stretch at tear ng hymen sa ilang parte. Hindi ka totally na-penetrate kaya hindi pa tuluyang nasira ang hymen, pero ang damage...malaki.... undeniable."

Nabigat ang lalamunan ni Clarice. "So... ibig sabihin... intact pa rin ba... o hindi?"

Nag-pause ang doktor. "Technically, may parts ng hymen na intact pa, siguro kalahati ng original. Pero ang integridad ng tissue, compromised na. Sa madaling sabi, physically, parang virgin ka pa rin, pero sa biological at medical na aspeto, hindi na. Malubha ang damage, parang on the verge na ng collapse."

Tumingin si Clarice sa kamay niya, nanginginig.

Halos mabasag na pala ang virginity niya.

Nagpatuloy ang doktor, may halong scientific at poetic.

"Imagine mo na parang pader ang hymen mo para hindi makapasok ang magnanakaw. Gawa sa hollow blocks na magkakadikit. May mga natanggal na semento at hollow blocks pero may mga naiwan pa rin na sapat para hindi makapasok ang magnanakaw. Pero butas na at mahina na ang pader, may mga natanggal na hollow blocks at hindi na maibabalik. Nakatayo pa rin ang pader, pero hindi na buo. Isa pang matinding tulak... at tuluyan na itong magigiba. At kapag nangyari iyon, hindi lang simbolic ang dugo. Mas marami, dahil fragile na ang natitirang tissue. Iyan ang reality, Clarice."

Napilitang tumawa si Clarice, kahit luha ay tumutulo. "So... sinasabi mo na nawala ang virginity ko... pero hindi pa rin?"

Ngumiti ang doktor na may simpatya. "Oo. Tama at mali rin. Nakaharang pa din ang hymen pero may damage na malaki pero hindi sapat para makapasok ng malaya ang ari ng lalaki. Pero kahit may may damage na ay matibay pa din ang hymen mo pero isang matinding encounter mo pa ay tuluyan nang mawawala ang virginity mo."

Humigpit ang dibdib ni Clarice. Gusto niyang sumigaw, pero tahimik lang ang paligid.

"Noong una kitang tiningnan nasa 3 or 5 milimeter lang ang opening ng original hymen mo, tapos naging 8 to 12 mm. Pero ngayon ay nasa 15 to 20 milimeter na, hindi sapat para mapasok ng ari ng lalaki pero sapat para makapasok ang sperm. Sapat yun para mabuntis ka." dagdag ng doktor.

Natakot si Clarice, luha pa rin ang pumapatak.

"Ilang araw ang lumipas sa huling menstruation mo noong ginalaw ka?" Tanong ng doctor.

"Three days po pagkatapos ng menstruation noong mangyari yun." Mahinhing sagot ni Clarice.

"Don't worry, safe ka. Hindi ka mabubuntis." Sabing doctor.

Nakahinga ng maluwag si Clarice.

Nalito si Clarice sa bilang. Four days ago na ang nakalipas ng magka-mens siya nang gabing pinunit ng walong lalaki ang hymen niya.

Paglabas niya sa klinika, malamig ang hangin. Pinapatatag ang sarili, paulit-ulit sa isip ang sinabi ng doktor: fragile, verge of collapse, hindi buo pero hindi rin nawawala. Matibay pa din ang hymen niya kahit may damage na, sapat para pigilan ang sinumang papasok pero kapag pinilit ay bibigay na.

"Huli na 'to. Hindi na mauulit. Pipigilan ko ang sarili ko. Hindi ko na hahayaan mawala ang natitirang virginity ko," bulong niya sa dilim.

Kinagabihan, nakaupo si Clarice sa lumang balkonahe ng kanilang bahay. Nakatingin siya sa madilim na langit, kung saan kumikislap ang ilang bituin. Ang malamig na hangin ng Meycauayan ay humahaplos sa kanyang mukha, at sa unang pagkakataon matapos ang napakaraming buwan, ramdam niya ang katahimikan.

Ngunit hindi siya lubos na payapa. Sa kanyang dibdib, mabigat pa rin ang mga tanong na wala siyang kasagutan. "Virgin pa ba ako o hindi na? Malinis pa ba ako sa paningin ng mundo? May halaga pa ba ako?" Mga katanungang paulit-ulit na bumabalik tuwing nag-iisa siya.

Pinikit niya ang mga mata at hinayaang pumatak ang luha. Hindi niya alam kung hanggang kailan dadalhin ang bigat ng alaala ng entablado, ng mga ilaw, ng mga palakpakan at hiyawan na minsang naging kulungan niya. Pero sa oras na iyon, pinilit niyang ibulong sa sarili:

"Hindi ka na iyon, Clarice. Hindi ka na ang babaeng nasa bar. Intact p din ang hymen mo kaya, virgin ka pa din." Bulong ni Clarice sa sarili.

KABANATA 39

BAGONG BUHAY

ONE MONTH MATAPOS ANG Royal Rumble.....

Katatapos lang mag-enroll sa Business Management program ng St. Michael University si Clarice. Lumakad siya palabas ng registrar's office dala ang resibo at prospectus. Mainit ang hapon, kaya naisip niyang dumiretso muna sa canteen para makakain bago umuwi.

Habang nag-iisa siya sa isang mesa at tahimik na kumakain ng spaghetti at iced tea, biglang nag-flash ang balita sa malaking TV sa dingding.

"Breaking news: limang lalaki patay matapos makipagbarilan sa pulis sa Pangasinan. Kinumpirma ng mga pulis na mga miyembro ng drug syndicate ang mga napatay. Konektado sa brutal na pagpatay sa isang mag-asawa—bilang ganti sa kanilang anak na pulis na napatay sa Love Boat incident."

Nabitawan ni Clarice ang tinidor niya. Nanlamig ang kamay niya nang makita ang mugshots na pinapakita sa TV. Kilala niya ang mga mukha ng mga biktima. Mga lalaking nandoon sa stag party... mga lalaking muntik ng bumasag sa kanyang pagkabirhen.

Saglit siyang natulala. Habang pinapanood ang balita, napangiti siya, isang ngiting may halong ginhawa at tuwa.

"Mabuti na lang..." bulong niya. At sa loob-loob niya, nakahinga siya ng maluwag. Wala nang makakaalam ng mga lihim niya. Wala nang makakaungkat ng kahihiyan niya.

Pagkatapos ng enrollment....

Diretso si Clarice sa inuupahan niyang boarding house. Mabigat ang katawan niya at medyo sumasakit ang puson, kaya inisip niya, *"Siguro regla na naman, baka mas malakas ngayon."*

Pagkapasok niya sa kwarto, inilapag ang bag at dumiretso sa banyo. Doon niya napansin na punong-puno na ng dugo ang kanyang pad. Napakunot siya ng noo sandali. "Grabe, mas malakas kaysa dati... "bulong niya sa sarili, sabay buntong-hininga.

Sanay naman si Clarice sa dismenoreya, kaya hindi na niya masyadong inisip. Sa halip, nagpalit lang siya ng pad, naghilamos, at bumalik sa kama. Humiga siya habang niyayakap ang unan, pilit na inaabot ang konting ginhawa.

Habang nakapikit, ramdam pa rin niya ang kirot sa puson, pero pinilit niyang huwag na lang mag-alala. *"Normal lang 'to, Clarice," mahina niyang bulong. "Wala 'to..."*

Makalipas ang ilang minuto, unti-unti na siyang dinalaw ng antok. Sa isip niya, wala namang dapat ipag-alala—isang ordinaryong regla lang, tulad ng dati.

Habang mahimbing na natutulog si Clarice sa kanyang kama, wala siyang kaalam-alam na ang sakit na naramdaman niya kanina ay hindi basta simpleng dismenoreya lamang.

Matapos ang *Royal Rumble*, may binhi palang namuo sa kanyang sinapupunan. Isang buhay na hindi niya namalayan, isang simula na hindi man lang niya nabatid. At ngayong bumuhos nang sagad ang dugo, iyon na rin ang hudyat na ang munting binhi ay nawala, isang tahimik na pagkawala na walang sinumang nakapansin, kahit siya.

Pero sa ilalim ng katahimikan ng kanyang katawan, isang sikreto ang naganap , nabuntis siya ng isa sa mga lalaki sa Royal Rumble. At ngayong araw na tito, nakunan siya kaya nawala ng magiging anak niya nang hindi niya alam. Isang sikretong habambuhay na mananatiling lihim.

Kinabukasan, unang araw ng klase.....

Maaga pumasok si Clarice sa classroom, medyo kinakabahan pa dahil wala pa siyang kilala sa campus. Umupo siya sa bandang gitna, nilabas ang notebook at ballpen.

Maya-maya, may lumapit na isang babae, medyo matangkad, maputi, naka-light blue blouse at black slacks, bitbit ang makapal na libro. Halatang galing din sa enrollment.

"Hi, classmate. Libre ba itong upuan?" tanong nito, may ngiti.

"Oo, puwede ka d'yan," sagot ni Clarice, ngumiti rin.

Pagkaupo ng babae, parang sabay silang napansin ng buong klase. Dalawang maganda at sexy na mga estudyante, magkatabi. Natural na naging sentro sila ng atensyon.

"I'm Mitchie Montenegro. Pero tawagin mo na lang akong Mitchie," pakilala ng babae sabay abot ng kamay.

"Nice to meet you, Kitchie. Ako si Clarice Hermosa." sagot ni Clarice.

"Glad to meet you, Clarice." nakangiti si Mitchie.

Nagkamay sila nang maayos. At sa maikling contact na iyon, parang may spark.

Bago pa sila makapag-usap ng mas matagal, bumukas ang pinto. Pumasok ang kanilang professor—lalaking nasa mid-50s, may suot na navy blue polo at slacks. Kahit may edad na, kita na may matikas na tindig at kumpiyansa pa rin. Halata sa tindig at boses ang karisma, kaya hindi nakapagtataka na ilang kaklase nilang babae agad na kinilig at nagbubulungan.

Si Clarice, hindi man nahulog agad, ay napansin ang presensya nito. Malakas ang dating. Hindi lang guwapo at matikas para sa edad, kundi parang may awra ng respeto at otoridad.

"Good morning, class. I'm Professor Joaquin Vergara, and I'll be handling your Business Principles subject," sabi nito, malalim at malinaw ang boses.

Habang nagsisimula ang orientation, paminsan-minsan nagkakatinginan sina Clarice at Mitchie, tapos napapangiti. Para bang sila lang ang may inside joke sa gitna ng seryosong discussion.

Paglabas ng klase, nauna si Mitchie na makipag-usap.

"Alam mo... mukha kang spiker sa volleyball," sabi nito sabay kindat.

Napatawa si Clarice. "Paano mo naman nahulaan?"

"Intuition. Ako kasi setter. At sa itsura mong 'yan, parang tipong kaya mong magpa-collapse ng depensa ng kalaban. Pero huwag mong sabihin na spiker ka ha... baka i-recruit kita agad," biro ni Mitchie.

"Actually, spiker talaga ako. Varsity nung high school. Gustong-gusto ko ang laro," sagot ni Clarice, medyo proud.

"Uy, grabe. Destiny 'to. Either unstoppable teammates o deadly rivals," drama ni Mitchie na parang nasa stage play.

"Teammates na lang. Nakakapagod maging rivals," natatawang sagot ni Clarice.

"Good. Kasi ayoko rin ng sakit ng katawan tuwing tatapik ako ng bola na galing sa spike mo," sagot ni Mitchie, sabay tawa.

Naglakad silang dalawa papunta sa campus garden. Habang nagkukwentuhan, panay ang tingin sa kanila ng ibang estudyante. Hindi lang dahil maganda sila, kundi dahil parang natural ang chemistry nila—parang matagal nang magkaibigan.

"For real lang, aside from volleyball... kumakanta ka rin, 'di ba?" tanong bigla ni Mitchie.

Napakunot-noo si Clarice. "Ha? Paano mo naman nasabi?"

"Hunch lang. May vibe ka na parang karaoke queen," nakangiting sagot ni Mitchie.

Medyo natawa si Clarice. "Well, oo. Minsan sideline ko ang pagkanta sa events."

"Same! Volleyball at singing? Aba, soul sisters tayo," sabi ni Mitchie sabay taas ng kamay.

Nag-high five sila. Malakas ang tunog, pero parang pangako rin ng bagong simula.

Sa unang pagkakataon matapos ang mahabang panahon, nakaramdam si Clarice ng gaan sa dibdib. Habang naglalakad at tumatawa kasama si Mitchie, parang nabawasan ang bigat ng hiya at guilt na matagal niyang kinikimkim.

Isang bagong araw ang sumalubong kay Clarice. Hindi na niya nakita ang dating dalagang puno ng hiya at bigat ng nakaraan. Sa halip, natanaw niya ang isang bagong anyo ng sarili—hindi perpekto, may sugat, ngunit may lakas na hindi matitinag.

"Hindi ako lubos na nawala," bulong niya sa sariling repleksyon. "May naiwan pa rin sa akin... at iyon ang magsisilbing simula ko."

Sa puso niya, tinanggap niya na bagama't may nawala, hindi iyon nangangahulugang tapos na ang lahat. Para sa kanya, isa siyang semi-virgin—hindi ganap na malinis, ngunit hindi rin lubos na marumi. May bahid ng kahapon, ngunit nananatili ang kakayahan niyang magsimula muli, magmahal, at pahalagahan ang sarili.

At habang humahakbang siya kasama ang bagong kaibigan, dala niya ang tiyak na paniniwala: ito na ang unang pahina ng isang bagong kabanata. Si Clarice—isang dalagang muling bubuo ng pangarap, magtatayo ng sarili, at tutuklas ng mas malalim na kahulugan ng pagkababae.

Sundan ang mas kapanapanabik at mas mapangahas na pakikipagsapalaran ni Clarice sa susunod na yugto....

www.ingramcontent.com/pod-product-compliance
Lightning Source LLC
LaVergne TN
LVHW040428051026
849517LV00002B/508
* 9 7 9 8 2 3 2 8 8 7 8 4 1 *